தமிழ்க் கிறித்தவம்

தமிழ்க் கிறித்தவம்

ஆ. சிவசுப்பிரமணியன் (பி. 1943)

அய்ரோப்பியக் காலனிய ஆட்சிக்காலத்தில் தமிழ்நாட்டில் பரவிய சமயம் கிறித்தவம். இதற்குத் தமிழ் அடையாளம் உண்டா என்ற வினாவை எழுப்பி விடைதேடும் முயற்சியில் உருவானவையே இந்நூலில் இடம்பெற்றுள்ள கட்டுரைகள்.

நூலாசிரியர் தமிழ்க் கிறித்தவம் தொடர்பான ஆய்வில் நீண்ட காலமாக ஈடுபட்டு வருபவர். ‘கிறித்தவமும் சாதியும்’, ‘கிறித்தவமும் தமிழ்ச் சூழலும்’ என்ற இவரது இரு நூல்களும், இவர் பதிப்பித்த ‘உபதேசியார் சவரிராயன்’ என்ற நூலும் ஏற்கெனவே காலச்சுவடு வெளியீடாக வந்துள்ளன.

ஆசிரியரின் பிற காலச்சுவடு வெளியீடுகள்

கிறித்தவமும் சாதியும்

தமிழகத்தில் அடிமைமுறை

உபதேசியார் சவரிராயபிள்ளை 1801 – 1874 (பதிப்பு)

வரலாறும் வழக்காறும்

ஆகஸ்ட் போராட்டம்

உப்பிட்டவரை . . .

ஆஷ் கொலையும் இந்தியப் புரட்சி இயக்கமும்

மந்திரமும் சடங்குகளும்

கிறித்தவமும் தமிழ்ச்சூழலும்

பனை மரமே! பனை மரமே!

ஆ. சிவசுப்பிரமணியன்

தமிழ்க் கிறித்தவம்

காலச்சுவடு பதிப்பகம்

தமிழ்க் கிறித்தவம் • தமிழ்க் கிறித்தவம் குறித்த ஆய்வுகள் • ஆசிரியர்: ஆ. சிவசுப்பிரமணியன் • • முதல் பதிப்பு: டிசம்பர் 2014, இரண்டாம் (குறும்) பதிப்பு: டிசம்பர் 2017 • வெளியீடு: காலச்சுவடு பப்ளிகேஷன்ஸ் (பி) லிட்., 669, கே. பி. சாலை, நாகர்கோவில் 629001

tamizk kiRittavam • Studies in Tamil Christianity • Author: A. Sivasubramanian • • Language: Tamil • First Edition: December 2014, Second (Short) Edition: December 2017 • Size: Demy 1 x 8 • Paper: 18.6 kg maplitho • Pages: 152

Published by Kalachuvadu Publications Pvt. Ltd., 669, K.P. Road, Nagercoil 629001, India • Phone: 91-4652-278525 • e-mail: publications@kalachuvadu.com • Printed at Compuprint Premier Design House, Chennai 600086

ISBN: 978-93-82033-71-4

12/2017/S.No. 605, kcp 2020, 18.6 (2) OLL

பணி. பூரணம் டிமல், சே.ச.
பணி. ஜோ. பிரிட்டோ, சே.ச.
பணி. ஆரோக்கியதாஸ், சே.ச.
ஆகியோரின் நினைவுக்கு

பொருளடக்கம்

முன்னுரை

சிவசுப்பிரமணியன் ஐயாவுக்கு,

நீங்கள் மீள்கண்டுபிடித்த உபதேசியார் சவரிராய பிள்ளை காலத்து பாஷையில் வந்தனம் அனந்தனந்த ஸ்தோத்திரம் சாமி.

இந்த நூல் இந்தியத் தமிழ்க் கிறிஸ்தவர்கள் பற்றி இதுவரை நீங்கள் எழுதிய நான்கு நூல்களின் தளராத தொடர்ச்சி. முன்னைய எழுத்துக்களில் காணப்பட்ட அதே ஆய்வுத் திறனும், அக்கறையும், அந்த சமூகம் பற்றிய கூர் உணர்வும் இந்தப் பிரதியிலும் உண்டு. இந்த நூலையும் உங்களுடைய மற்றையப் பதிப்புகளையும் படிக்கும்போது ஒன்று புலனாகிறது. நீங்கள் சும்மா காணாமல்போன பழைய ஓலைச் சுவடிகளையும் பழுப்பு வர்ணப் பிரதிகளைத் தேடிக் கண்டுப்பிடித்து முக்கிய தேதிகளையும், தமிழ்க் கிறிஸ்தவ ஆளுமைகளின் புய பராக்கிரமங்களையும் வணக்கத்துடன் பதிவு செய்யும் அசுவாரிசிய வரலாற்றாளர் அல்ல. ‘பண்பாடு ஏற்றல்’, ‘தாயகமாக்கல்’ பற்றிய இங்கே பதிவு செய்த உங்கள் கருத்துக்கள் உங்கள் வழமையான மார்க்சிய அளவுகோல் வரம்புகளையும் மீறி நீங்கள் அலாதியான ஒரு இறையியல் வல்லுநர் என்றும் செல்லக்கூடியதாயிருக்கிறது. நீங்கள் சமூகப் பொறுப்புள்ள, தெளிவான ஆய்வுத் திறன் உள்ள நல்ல ஆய்வாளர். இந்த இந்நூலில் இது தெரிகிறது, தெளிவாகிறது, இன்னும் வலுவாக்கப்படுகிறது.

இப்பொழுது எல்லா ஆய்வுகளையுமே ஒரு இலக்கியத் திறனாய்வுச் சட்டகத்துக்குள் அடைக்க, அடையாளப்படுத்த வேண்டிய கட்டாயம் இருக்கிறது. நீங்கள் தொகுத்துத் தந்திருக்கும் இந்தக் கட்டுரைகள் பின் காலனிய ‘மீட்டளிப்பு’, ‘மீள்நிலைப்படுத்தல்’,

‘மீண்டும் தேடி எடுத்தல்’ வகையைச் சார்ந்தவை என்று எனக்குப் படுகிறது. மறந்த, மறுக்கப்பட்ட, மறுதலித்த தமிழ்க் கிறிஸ்தவர்கள் தொடர்பான தகவல்களை மூலை முடுக்குகளில் துருவித் தேடித் தூசித் தட்டி தந்திருக்கிறீர்கள். இந்த நூல் கிருஸ்தவர்களின் அருமைகளையும் அவலட்சணங்களையும் பதிவு செய்கிறது. ஒரு அடிமைத்தனத்திலிருந்து விமோசனமடைந்து இன்னொரு அடிமைத்தனத்திக்கு மாறிய ஒரு சனத்தின் கதையை ஏளனமில்லாமல், உணர்வுநுட்பத்துடன் சொல்லியிருக்கிறீர்கள். இது ஒரு புறத்தார் *(outsider)* பார்வை. நீங்கள் அந்தச் சமூகத்துடன் சேர்ந்த உள்ளாளர் *(insider)* அல்ல. வெளியே நின்று பார்க்கிறீர்கள். இதில் சில சலுகைகளும் சங்கடங்களும் உண்டு. ஒரு வட்டத்திக்கு அப்பால் நின்று அவதானிப்பதில் ஒரு அனுகூலம் என்னவென்றால் உள்ளே இருப்பவர்களுக்குத் தெரியாதவை பிறரின் கண்ணுக்குள் படக்கூடும். அவற்றை இங்கே கொலம்பஸ்தனமில்லாமல் எதோ நான்தான் முதலில் கண்டுபிடித்தேன் என்ற அற்பத் தன்னிறைவிலாமல் பதிவு செய்திருக்கிறீர்கள். அந்தச் சமூகத்திலே நிலவும் பொங்கலிடுதல், மடிப்பிச்சை எடுத்தல், பட்டம் வைத்தல் போன்றவை பற்றி நீங்கள் தந்திருக்கும் பின்புலத் தகவல்கள், குறவழக்குகள் எடுப்பான எடுத்துக்காட்டுகள். அதுபோல் அந்தச் சமூகத்தின் பழுதுகள், பற்றாக்குறைகளைச் சொல்லும்போது உங்கள் எழுத்தில் ஒரு இறுமாப்பும், தார்மீக மேட்டுத்தன்மையும் இல்லை. கிறிஸ்தவத்தில் காணப்படும் சாதி பற்றிய உங்கள் விசாரணை இதற்கு ஒரு சத்தான சான்று.

ஒரு பொஸ்தகத்தின் (உபதேசியார் காலத்துச் சொல்) கெட்டித்தனம் அது தரும் தீர்வுகள் அல்ல. அது எழுப்பும் கேள்விகளில்தான் இருக்கிறது. இந்த நூலில் நீங்கள் நிறையவே எழுப்பியிருக்கிறீர்கள். கிருஷ்ண பிள்ளையும் வேதநாயக சாஸ்திரியாரும் கிறிஸ்தவத்தைத் தழுவினாலும் அவர்களுக்கு இருந்த இந்து சமயப் பின்புலம், அதன் சாஸ்திரங்கள் பற்றிய விசாலமான அறிவை வைத்துத் தமிழில் மரபு இலக்கியம் இவர்களால் படைக்க முடிந்தது. சைவத் தமிழ், சமணத் தமிழ், பௌத்த தமிழ் என்ற வரிசையில் இவர்கள் கிறிஸ்தவத் தமிழை உருவாக்கிய ஆதிகர்த்தாக்களாக இருந்தார்கள். தமிழ்க் கிறிஸ்தவ நவீனத்துவம் உருப்பெறத் தளம் வகுத்தார்கள். இன்றைக்கு எத்தனை தமிழ்க் கிறிஸ்தவர்களுக்கு ‘சத்தாய் நிஷ்களமாய்’ என்று ஆராதனைகளில் பாடப்படும் கீர்த்தனை தேவார நடையில் இயற்றப்பட்டது என்று தெரியும். ‘கனக சபாபதி தரிசனம்’ என்ற பாடல்தான் ‘எத்தனை திரள் பாவம் என் தேவனே’ என்ற பாடலின் அசல் என்று அவர்கள் அறிவார்களா?

அய்ரோப்பிய மதப்பரப்பாளர்கள் நாட்டார் தெய்வ வழிபாடுகள், பழைய சமய அடையாளங்களை ஏளனம் செய்தது மட்டுமல்ல தமிழ் மரபு இலக்கியங்களையும் மதமாறியவர்களை மறக்கவும் செய்தார்கள். மாயூரம் வேதநாயக பிள்ளையின் வரிகளில் சொல்லப்போனால் 'தாங்களும் அன்னியரானார், செல்வத் தமிழின் தொடர்பற்றுப் போனார்'.

தமிழ்க் கிறிஸ்தவர்களுக்கு இன்னுமொரு வேலையையும் கொடுத்திருக்கிறீர்கள். ஓரம் சொரிந்து, சுவடி முறிந்து, சிதைந்தழியும் எழுத்தாணியினால் எழுதப்பட்ட ஓலைச் சுவடிகள், ஏடுகள், கையெழுத்துப் பிரதிகள், குறுகிய அளவில் அச்சேறிய நூல்கள், தொலைந்துபோன, விடுப்பட்டுப்போன கிறிஸ்தவ வரலாற்றுச் சான்றுகளை மீள்கண்டுபிடிப்புச் செய்வதாகும். இப்படித் தேடிக் கண்டுபிடிக்க வேண்டிய தொல்லேடுகள் நிறைய இருக்கின்றன. உதாரணத்திக்கு இரண்டைத் தருகிறேன். ஒன்று சி.வை. தாமோதரம் பிள்ளை பழைய ஏற்பாட்டு ஐந்தாகமங்களைச் செய்யுள் வடிவில் எழுதிய நூல். மற்றது ஞானபிரகாசர் 'சற் குரு' என்ற தலைப்பில் இயேசுநாதர் பற்றி தமிழர்கள் முன்னரே தெரிந்திருந்தார்கள் என்று நிறுவி இயேசுவின் வாழ்வை சுருக்கிக் கூறும் நூல்.

'தமிழ்க் கிறிஸ்தவம்' என்ற தலைப்பில் இந்த நூல் வந்தாலும் இது இந்தியத் தமிழ்க் கிறிஸ்துவம் பற்றியது. நான் மேலே சொல்லிய பண்டைய பனுவல்களைப் படைத்தவர்கள் ஈழத்தவர்கள். தாமோதரம் பிள்ளை தொடங்கி தனிநாயகம் வரை ஈழக் கிறிஸ்தவர்கள் தமிழுக்குச் செய்த பங்களிப்பைக் கௌரவிக்க, அவர்களுடைய ஏடாக்கங்களை மறு பதிவு செய்ய, எடைபோட, விசாரிக்க உங்களுடைய இந்த நூல் உந்துதலாக இருக்கும் என்று நினைகிறேன்.

சவரிராய பிள்ளையுடன் ஆரம்பித்திருந்தேன். அவருடனேயே முடிக்கிறேன். உபதேசியார் எந்தச் சூழ்நிலைக்கும் ஒரு வேத வாக்கியம் வைத்திருப்பார். அவருடைய பார்வையில் நீங்கள் செய்யும் இந்தத் 'தொண்டு' கர்த்தருடைய இராட்சத் தோட்டத்தில் பராபரனுக்குச் செய்யும் மகத்தான ஊழியம். உங்களுடைய பணியைப் பார்த்து உபதேசியார் இந்த வேத வசனத்தைச் சொல்லக்கூடும்: "ஸ்திரீகளிடத்தில் பிறந்தவர்களில் உங்களைப் பார்க்கிலும் பெரியவன் ஒருவனும் எழும்பினதில்லை".

பார்மீங்கம், ஐக்கிய ராஜியம், **சச்சிதானந்தன் சுகிர்தராஜா**
பல் நடுங்கும் குளிரான நவம்பர்
நாள்: *23, 2014*

என்னுரை

பாலஸ்தீனத்தில் யூதப் பண்பாட்டில் தோன்றி வளர்ந்து, பின்னர் அய்ரோப்பாவில் பரவிய மதம் கிறித்தவம். போர்ச்சுக்கீசியர், டச் நாட்டினர், டேனிசியர், பிரெஞ்சு நாட்டினர், ஆங்கிலேயர் ஆகிய அய்ரோப்பியக் காலனியவாதிகளின் ஆட்சியில் தமிழ்நாட்டில் கிறித்தவம் பரவியது. மேற்கூறிய அய்ரோப்பிய நாட்டைச் சேர்ந்த குருக்களுடன் இத்தாலி, ஜெர்மனி, ஸ்பெயின் நாட்டுக் குருக்களும் இணைந்து தமிழ் மண்ணில் கிறித்தவத்தைப் பரப்பினர்.

தோன்றிய நாடு, தொடக்கத்தில் பரவிய நாடு, தமிழ்நாட்டில் அதைப் பரப்பியோர் என்று பார்த்தால் தமிழ் மண்ணுக்கு அந்நியமான சமயமாகக் கிறித்தவத்தைக் குறிப்பிட இடமுண்டு. ஆனால் இது எந்த அளவுக்கு உண்மை என்பது ஆய்வுக்குரிய ஒன்று. அத்துடன் தமிழ்க் கிறித்தவம் என்ற அடையாளம் உண்டா என்ற வினா எழுவதும் இயற்கை.

இந்நூலில் இடம்பெற்றுள்ள கட்டுரைகள் இக்கேள்விக்கு விடை தேட உதவும் தன்மையன. முறைப்படுத்தப்பட்ட நிறுவன சமயம் என்ற முறையில் மிகுதியான ஆவணப்பதிவுகளைக் கொண்ட சமயம் கிறித்தவம். ஆனால் இவற்றுடன் தமிழ் மண்சார்ந்த

பதிவுகளை, குறிப்பாகத் தமிழ்க் கிறித்தவர்கள் தரப்பிலான ஆவணங்களையும் பயன்படுத்தியுள்ளேன். தமிழ்நாட்டின் கலை இலக்கிய மரபுகளையும் நாட்டார் வழக்காறுகளையும் பண்பாட்டையும் உள்வாங்கியதன் அடிப்படையில் காலனியவாதி களின் காலத்தில் அறிமுகமாகியிருந்தாலும் தமிழ்க் கிறித்தவம் என்று அடையாளம் காட்ட இயலும் என்பதை இக்கட்டுரைகள் உணர்த்த முற்படுகின்றன. அத்துடன் தமிழ்ச் சமூகத்தின் எதிர்மறைக் கூறான சாதியத்தையும் தமிழ்க் கிறித்தவம் உள்வாங்கியுள்ளது என்ற கசப்பான உண்மையும் ஆங்காங்கே பதிவாகியுள்ளது.

இந்நூலில் இடம்பெற்ற கட்டுரைகளில் பல, கருத்தரங்குகளில் படிக்கப்பட்டவை. சில பத்திரிகைகளில் வெளியானவை. உபதேசியார் சவரிராயன் குறித்த நீண்ட கட்டுரை திருச்சி பிஷப் ஹீபர் கல்லூரியின் தமிழ்த் துறையில் பேராசிரியர் சவரிராயன் நினைவு அறக்கட்டளையின் சார்பில் ஆற்றிய உரையின் சுருக்கமாகும்.

இவற்றுக்குத் துணை நின்ற இதழாசிரியர்களுக்கும் கருத்தரங்க அமைப்பாளர்களுக்கும் என் நன்றி உரியது. குறிப்பாகப் பேராசிரியர் க.பூரணச்சந்திரன் (திருச்சி), *காலச்சுவடு* கண்ணன், *உங்கள் நூலகம்* ஆசிரியர் கவிஞர் சண்முகம் சரவணன், பேராசிரியர் காமராசு (தமிழ்ப் பல்கலைக்கழகம்), முத்தையா (ஆசிரியர், *காக்கைச் சிறகினிலே*), கிங்ஸ்லி ஜெபசெல்வன் (பாளையங்கோட்டை), தஞ்சை சாம்பான், பொறியாளர் மோகன சுந்தரம் (தஞ்சை), பணி. பிரிட்டோ வின்செண்ட் சே.ச., பணி. லியோனார்ட் சே.ச., (புதுதில்லி), சகோ. டெக்லா ஆகியோருக்கும் நன்றி கூறக் கடமைப்பட்டுள்ளேன்.

நூலாக்க முயற்சிக்கு வழக்கம் போல் தூண்டுகோலாய் விளங்கும் மூத்த தோழர் இரா. நல்லக்கண்ணு, அன்பு மாணவர் திரு. ந. முத்துமோகன், பேராசிரியர் ரகு அந்தோனி, அன்புத் தம்பி பேராசிரியர் நா. இராமச்சந்திரன் ஆகியோருக்கும் என் நன்றி.

இந்நூலுக்கு அறிவார்ந்த ஆய்வு முன்னுரை வழங்கிய பேராசிரியரும் எழுத்தாளருமான சச்சிதானந்தன் சுகிர்தராஜா அவர்களுக்கு என் நன்றி உரியது.

இக்கட்டுரை எழுதத் துணை நின்ற நூல்களைப் பெறுவதில் துணைபுரிந்த திரு. ரெங்கையா முருகன் (சென்னை), சில நூல்களை விலைக்கு வாங்கித் தந்துதவிய அன்பு மகன் சி. ஆழ்வார் ஆகிய இருவருக்கும் என் நன்றி உரியது.

கையெழுத்துப்படியினை உருவாக்குவதில் துணை நின்ற திருமதிகள் மெர்ஸி, விஜி, அன்பு மாணவர் செ.ஜெயவீரதேவன், ரெத்தினகுமாரி (காலச்சுவடு) ஆகியோருக்கும் என் நன்றி.

○

சேசு சபை குருக்களான பூரணம் டிமல், ஜோ.பிரிட்டோ, ஆரோக்கியதாஸ் ஆகியோர் கிறித்தவம் குறித்த என் ஆய்வில் ஆர்வத்துடன் உதவியவர்கள். ஆழமான வாசிப்பனுபவம் உடைய இம்மூவருமே முதுமையை எட்டும் முன்னரே இயற்கை எய்திய சூழலில் அவர்களை நினைவுகூர்ந்து இந்நூலை அவர்களுக்குக் காணிக்கையாக்குகிறேன்.

தூத்துக்குடி **ஆ. சிவசுப்பிரமணியன்**

7.9.2014

மரபு மீறிய பிண ஊர்வலங்களும், கிறித்தவமும்

சாதிய வேறுபாடுகளை இறுக்கமாகக் கொண்டிருந்த தமிழ்ச் சமூகத்தில், மற்றொரு சாதியின் பழக்கவழக்கங்களையும் அச்சாதி பின்பற்ற வேண்டிய சமூக மரபுகளையும் ஆதிக்க சாதியினர் தான் முடிவெடுத்து நடைமுறைப் படுத்தினர். இவ்வாறு அவர்கள் நடைமுறைப் படுத்திய மரபுகளில் ஒன்று நடமாட்டக் கட்டுப்பாடு.

தாம் வாழும் தெருக்களிலும், வழிபடும் கோவில் உள்ள தெருக்களிலும் நடமாடுவதற்கான உரிமையை அவர்கள் பல்வேறு சாதியினருக்கு மறுத்து வந்தனர். தில்லையின் எல்லை வரை வந்த நந்தனார், 'இன்னல் தரும் இழிபிறவி இது தடை' என்றஞ்சி, தில்லை நகருக்குள் புகாமல் வெளியில் தங்கியதாக, பன்னிரண்டாம் நூற்றாண்டில் வாழ்ந்த சேக்கிழார் குறிப்பிட்டுள்ளார்.

கன்னியாகுமரி மாவட்டம் பறக்கை என்ற சிற்றூரில் 15 அல்லது 16ஆம் நூற்றாண்டைச் சார்ந்த கல்வெட்டொன்று கிடைத்துள்ளது. சங்கர மகாதேவர் கோவில் அருகில் உள்ள எல்லைத்தூணில்

"இதுகங் அகத்து கீள்சா திக்குவரப் படாது." ("இதைத்தாண்டி கீழ்சாதியினர் வரக்கூடாது.")

என்று பொறிக்கப்பட்டுள்ளது. மேட்டிமைச் சாதியினர் வரையறுத்துள்ள 'கீழ்சாதி' என்ற வகைமையில் இடம் பெற்றுள்ள சாதியினரின் நடமாட்டத்தை இக்கல்வெட்டு வரையறை செய்துள்ளது.

இத்தகைய ஆதிக்க மரபு நிலவிய தமிழ்ச்சமூகத்தில் பிணத்தை எடுத்துச் செல்லக் கட்டுப்பாடுகள் கடுமையாக இருந்திருக்கும் என்பதைச் சொல்லத் தேவையில்லை. இக் கட்டுப்பாடுகளை மீறி ஒரு சவ ஊர்வலம் சென்றால், அது மரபு மீறலாகக் கருதப்படும் என்பதுடன், அது தண்டனைக்குரிய குற்றமாகிவிடும்.

இத்தகைய சமூகச் சூழலில், மரபு மீறிய பிண ஊர்வலத்தை நடத்தும் துணிச்சலைக் கிறித்தவம் வழங்கியுள்ளது. புதுச்சேரி ஆனந்தரங்கப் பிள்ளையின் தம்பி, முத்து விஜய் திருவேங்கடம் பிள்ளை எழுதிய நாட்குறிப்பில் 18.08.1794 அன்று புதுச்சேரி பிராமணர் தெருவில், கிறித்தவர் ஒருவரின் பிண ஊர்வலம் சென்றது குறித்துப் பின்வருமாறு பதிவு செய்துள்ளார்.

> இதல்லாமல் யிந்தப் பட்டணம் தோன்றிய நாள் முதல் நாளது வரைக்கும் யில்லாத வழக்கமாய், யின்று, மத்தியானம் பெப்பையின் வீட்டுக்கு யெதிரிலே குடியிருக்கிற ஒரு கிறிஸ்துவன் வீட்டில் செத்த வொரு பிணத்தை, பிறாமண வீதியில் யெடுத்துக் கொண்டு வந்ததாயும், அந்நேரம் ஒரு காரியமாய், யாரும் யிந்த வீதியில் வராமையினாலே, பிணம் கொண்டு போய்விட்டதாய் யிருக்குது சேதி. பிறமணாள் விசேஷமறிஞ்சு கும்பல்கூடி போலீசு தலைவ ராகிய முசியே பிம்றே மண்டைக்கு போய் பிறாது பண்ணிக் கொண்டவிடத்தில், அவர் நல்லது, நாளை காலமே வாருங்கோள், நாளைக்கி விசாரணை பண்ணி, நீதி செலுத்துகிறேமென்று சொன்னதாயும், இதை பிறமணாள் கேட்டுக்கொண்டு கற்னல், துபாசிகளிடத்தில் சொன்னதாயும், யிவர்களும் அப்படியே நாளை காலமே கற்னல் வீட்டுக்கு வாருங்கோள். யிவிடத்தில் அவர்களை அழைப்பிச்சு, தாக்கீது பண்ணி திட்டப்படுத்துகிறோமென்று சொன்னார் களாம். யிப்படியாக நடத்ததென்னு சில பிறமணாள் நம்மண்டைக்கு வந்து சொன்னதுமல்லாமல் சாம்பசிவ சாஸ்திரியாரும் தனிமையில் வந்து சொன்னார்.

இங்கு ஊர்வலமாக எடுத்துச் செல்லப்பட்ட பிணம் கிறித்தவருடையது என்று பார்க்கும் போது, மரபு மீறலுக்கான

உந்து சக்தியாக, கிறித்தவம் இருந்துள்ளது என்று கருத யிடமுள்ளது. பிராமணர்கள் கூறிய புகார்மீது என்ன நடவடிக்கையெடுக்கப் பட்டது என்பது தெரியவில்லை. அதே போன்று இந்த அளவுக்குக் கூடப் பதிவு செய்யப்படாத இத்தகைய மரபு மீறல்கள் சில, அங்கொன்றும், இங்கொன்றுமாய் நடந்திருக்கும் என்பதில் ஐயமில்லை.

இவ்வாறு மரபு மீறி நடந்த, பிண ஊர்வலங்கள் இரண்டினைக் குறித்துச் சில செய்திகள் கிட்டியுள்ளன. 1858 டிசம்பரில், திருநெல்வேலி நகரில் நிகழ்ந்த பிண ஊர்வலம் தொடர்பான இரு கலவரங்கள் குறித்த செய்திகள், கிறித்தவ சமய ஆவணங்களில் பதிவாகியுள்ளன. அவற்றின் சுருக்கம் வருமாறு:

முதல் சவ ஊர்வலம்

1858 டிசம்பர் பத்தாம் நாள் அதிகாலைப்பொழுதில், முப்பது ஆண்டுகளுக்கும் மேலாகக் கிறித்தவராக வாழ்ந்த நெசவாளி ஒருவர் திருநெல்வேலி நகரில் மரணமடைந்தார். அவரது உடலைக் கிறித்தவ முறைப்படி அடக்கம் செய்ய முடிவு செய்தனர்.

திருநெல்வேலி நகரில் இருந்து கல்லறைத் தோட்டத்தை அடைய, சில தெருக்களைக் கடந்து செல்ல வேண்டியிருந்தது.

இந்நிகழ்வு நிகழ்ந்த காலத்தில் ரெவரண்ட் சார்ஜண்ட் என்ற அய்ரோப்பியர் திருநெல்வேலி மாவட்ட சி.எம்.எஸ். சபையின் பொறுப்பாளராக இருந்தார். இத்தெருக்களின் வழியாக இறந்த கிறித்தவரின் உடல் எடுத்துச் செல்லும்போது எதிர்ப்புகள் ஏற்படலாம் என்று அவருக்குச் சொல்லப்பட்டது.

அவ்வமயம் துணைக் குற்றவியல் நீதிபதியாக ஆம்ஸ் என்ற வெள்ளையன் இருந்தான். எந்தவிதமான இசைக்கருவிகளையும் இசைக்காமல் ஊர்வலம் செல்லுமென்றும் எனவே பிரச்சினை யெதுவும் ஏற்படாமல் பார்த்துக்கொள்ள வேண்டுமென்றும் ஆம்ஸிடம் அவர் வேண்டினார்.

மாவட்ட ஆட்சித் தலைவராகயிருந்த பெர்ட் என்பவர், நெசவாளர் சமூகத்தைச் சேர்ந்தவர்களின் இறுதி ஊர்வலம் தற்போது சார்ஜெண்ட் திட்டமிட்டுள்ள தெருக்களில் நடக்கக்கூடாது என்று அய்ந்து ஆண்டுகளுக்கு முன்னர் தடை விதித்துள்ளதாகவும், எனவே தாசில்தார் கூறும் வேறு வழியாக இறந்தவரின் உடலை எடுத்துச் செல்லும்படியும் ஆம்ஸ் கூறிவிட்டார்.

வேளாளர் சமூகத்தைச் சேர்ந்தவரான தாசில்தார் சோம சுந்தரம், தண்ணீர் நிரம்பிய நெல்வயல்கள் வழியாக உடலைக்

கொண்டு செல்லும்படி கூறினார். நெல்வயல் வழியாக உடலைக் கொண்டுசெல்லக் கிறித்தவர்கள் விரும்பாவிடில் உடனடியாகத் தெருக்களின் வழியாகச் செல்லும்படியும், ஆனால் எதிர்காலத்தில் குற்றவியல் நீதிபதியின் ஆணையில்லாமல் இவ்வாறு தெருக் களின் வழியாகச் செல்லக் கூடாது என்றும் கூறினார்.

நெடுஞ்சாலையொன்று இருக்கும்போது வயல்கள் வழியாக உடலையெடுத்துச் செல்லும் கருத்துக்கு சார்ஜண்ட் எதிர்ப்புத் தெரிவித்தார். மேலும் மாவட்ட ஆட்சித் தலைவராக இருந்த பெர்ட் தடைவிதித்த காலத்திய சூழலுக்கும், தற்போதைய சூழலுக்கும் இடையே பெரிய அளவில் வேறுபாடு இருப்பதாக சார்ஜெண்ட் கூறினார். கிறித்தவர்கள் வசிக்கும் இடத்திற்கு ஒரு மைல் தொலைவில் வாழ்ந்த சில குடும்பத்தினர் தண்ணீர் நிரம்பிய நெல்வயல்கள் வழியாகச் செல்வது சிரமம் என்றும், தற்போது கிறித்தவரின் மரண ஊர்வலத்தைத் தெருக்களின் வழியாகக் கொண்டு செல்வது எளிது என்றும் வாதிட்டனர்.

இடத்தை ஆய்வு செய்த சைல்டு என்ற ஆங்கில அதிகாரி இறுதி ஊர்வலத்தைத் தெருக்களின் வழியாக நடத்தலாம் என்று கருத்துத் தெரிவித்தார்.

திரு.லெவிஞ்ச் என்ற ஆங்கில அதிகாரியும் இதே கருத்தைக் கூறினார். ஆனால் திரு.பெர்ட் அனுமதியளிக்கவில்லை. தாசில்தார் கூறியவாறு வயல்களின் ஊடே பிணத்தைக் கொண்டு செல்ல உத்தரவிட்டார். இங்கே மற்றொன்றைக் குறிப்பிட வேண்டும்.

தாசில்தாரின் கருத்தையேற்று பெர்ட் உத்தரவிட்டதால், முன்பு ஒருமுறை பிணத்தை வயல் வழியாகக் கொண்டு சென்றனர். ஆனால் அவ்வாறு செல்லும்போது நெற்பயிரைச் சேதப்படுத்தியதாகக் குற்றம் சாட்டி, இறுதி ஊர்வலத்தில் கலந்து கொண்ட நால்வருக்கு எட்டு ரூபாய் தண்டம் விதிக்கப்பட்டது.

போதகர் சார்ஜெண்டின் வாதத்திலுள்ள வலுவை ஆம்ஸ் புரிந்துகொள்ளவில்லை. தாசில்தார் கூறிய பாதை வழியாகவே இறுதி ஊர்வலம் நடைபெற வேண்டுமென்று ஆம்ஸ் உத்தரவிட்டார். அத்துடன், முன்பு பெர்ட் பிறப்பித்த நிலையாணையைத் தம்மால் மீற முடியாதென்றும் கூறிவிட்டார். இறந்தவரின் நண்பர்களுக்குத் தமது தீர்ப்பில் நிறைவில்லையென்றால் மாவட்டக் குற்றவியல் அமர்வு நீதிமன்றத்தை அணுகலாமென்றும் அறிவுறுத்தினார்.

வயல் வழியாகப் பாதையேதும் இல்லாததால், வேறு வழியின்றி திருநெல்வேலி மிஷன் பள்ளிக்கு அருகிலுள்ள திடலில் உடலைப் புதைக்க வேண்டியுள்ளதாகச் சார்ஜெண்ட் விடையளித்தார். மேலும் இறுதி ஊர்வலத்தை இதற்கு மேல்

தள்ளிப் போட முடியாததால் மாவட்டக் குற்றவியல் அமர்வு நீதிமன்றத்தை அணுக இயலாது என்றும் கூறிவிட்டார்.

ஒரு கிறித்தவரின் இறுதி ஊர்வலத்தின் மாண்பைச் சீர்குலைக்கக்கூடிய வருத்தம் வரும் நிகழ்வுகள் நடக்கும் என்ற அச்சம் இருந்ததாலும், தாசில்தாரின் மீது நம்பிக்கை இன்மையாலும், காவல் துறையின் உதவியை நாட அவர் விரும்பவில்லை.

இது தொடர்பான சார்ஜெண்டின் மனுவை மாவட்டக் குற்றவியல் அமர்வு நீதிபதிக்கு, ஆம்ஸ் அனுப்பினார். தாசில்தாரின் வழிகாட்டுதலின் அடிப்படையில் பெர்ட் இட்ட உத்தரவையும் ஆம்சின் முடிவையும் நீதிபதி தள்ளுபடி செய்தார். மேற்கூறிய தெருக்களின் வழியாக இறுதி ஊர்வலம் அமைதியாகச் செல்லலாம் என்றும் தீர்ப்பளித்தார்.

ஒரு வேளை விரும்பத்தகாத செயல்கள் நடைபெறக் கூடுமென்று ஆம்ஸ் கருதினால் 'அமைதியை நிலைநாட்டுவதும், உயிரோடு இருக்கும் அல்லது இறந்துபோன கிறித்தவர்களின் உரிமைகளைக் காப்பதற்கான அனைத்து நடவடிக்கைகளையும் மேற்கொள்வது அவரது (ஆம்ஸ்) கடமை' என்றும் நீதிபதி தமது தீர்ப்பில் குறிப்பிட்டார்.

இந்நிகழ்வுகள் 1858 டிசம்பர் பத்து, பதினொன்று ஆகிய நாட்களில் நடந்தன. 11ஆம் நாள் மாலையில் நீதிபதியின் தீர்ப்பு சார்ஜெண்டின் கைக்குக் கிடைக்கும் முன்னரே, இறந்த கிறித்தவரின் உடல் மிஷன் பள்ளி மைதானத்தில் அடக்கம் செய்யப்பட்டது. அடக்கத்தின்போது இழிவான பல செயல்கள் நடந்தன. ஆயிரக்கணக்கில் கூட்டம் திரண்டு நின்றது. அக் கூட்டத்தில் தாசில்தாரும் இருந்தார். கல்லறை அருகே சவப் பெட்டி இறக்கப்பட்டதும் கூட்டம் ஊளையிட்டது. வெற்றி பெற்றுவிட்டோம் என்று இறுமாப்பில் கூக்குரலிட்டது. இறந்தவரின் உடல் புதைக்கப்படுவதற்குள் வன்முறை நிகழும் என்றஞ்சிய உபதேசியார் தம் மன்றாட்டைப் பாதியிலேயே நிறுத்திவிட்டார்.

இரண்டாவது சவ ஊர்வலம்

மேற்கூறிய மரண ஊர்வலம் நடந்து முடிந்து, சில நாட்கள் கழித்து, 1858 டிசம்பர் 20ஆம் நாள் நிகழ்ந்த மரணம் ஒன்று, சிக்கலை மேலும் பெரிதாக்கியது. இன்றைய தூத்துக்குடி மாவட்டம், புதியம்புத்தூர் என்ற கிராமத்திலிருந்து, தாழ்த்தப் பட்ட சமூகத்தைச் சேர்ந்த கிறித்தவர் ஒருவர் சாட்சி சொல்வதற் காகத்

திருநெல்வேலி நகரத்திற்கு வந்தார். காலரா நோயால் திடீரென்று பாதிக்கப்பட்ட அவரை ஆம்ஸ் அரசு மருத்துவமனையில் சேர்த்தார். மறுநாள் (21.12.1858) அவர் இறந்து போனார்.

கிறித்தவ முறைப்படி அவரை அடக்கம் செய்வதற்காக அவரது உறவினர் சார்ஜெண்டை அணுகினார். நீதிபதி பொறுப்பிலிருந்த ஏம்சுக்கு இது குறித்துக் கடிதமெழுதி, அதை அவரிடம் கொடுக்கும்படி சார்ஜெண்ட் கூறினார். இதற்கிடையில் மாவட்ட ஆட்சியராக திரு.லெவிஞ்ச் பொறுப்பேற்றுவிட்டதால், இறந்தவரின் உறவினர்கள் அவரைச் சந்தித்தனர்.

அவர்களது விருப்பப்படி பாளையங்கோட்டை அடைக்கலா புரம் கிறித்தவக் கல்லறைத் தோட்டத்தில் இறந்தவரை அடக்கம் செய்ய லெவிஞ்ச் அனுமதியளித்தார். அன்று மாலை, இறுதி ஊர்வலம் தொடங்கி, பாதி தூரத்தைக் கடந்தது. பாதி தூரத்தை ஊர்வலம் கடந்ததும், அப்போது பெரிய கும்பல் ஒன்று இறுதி ஊர்வலத்தை மேற்கொண்டு செல்லவிடாமல் தடுத்து நிறுத்தியது. இறந்தவரின் உடலை மருத்துவமனைத் திடலிலேயே புதைக்க வேண்டும் என்பதுதான் அக்கூட்டத்தின் நோக்கமா யிருந்தது. ஏற்கனவே மிஷன் பள்ளியின் திடலில் கிறித்தவ நெசவாளர் உடலைப் புதைக்கச் செய்ததில் ஏற்பட்ட இறுமாப்பு, இதற்குத் தூண்டுதலாய் அமைந்தது. கூட்டத்தினரின் ஆதிக்க உணர்வுக்கு அடிபணிய விரும்பாத நிலையில், இறந்தவரின் உடலைக் காவல் நிலையம் முன்பு இறக்கி வைத்துவிட்டு இறந்தவரின் நண்பர்களும் உறவினர்களும் கலைந்து சென்றுவிட்டனர்.

மறுநாள் காலை இந்நிகழ்ச்சி நடந்த இடத்துக்கு வந்த மாவட்ட ஆட்சியரும் நீதிபதியுமான லெவிஞ்ச் அப்பகுதி மக்களிடம் பேசி இறுதி ஊர்வலம் செல்ல அனுமதியளிக்க வேண்டினார். ஆனால் முழுமனதுடன் இம்முயற்சியில் அவர் ஈடுபடவில்லை என்ற கருத்தும் நிலவியது. உடலை அங்கிருந்து எடுத்துச் செல்ல மேற்கொண்ட முயற்சிகள் அனைத்தையும் திரண்டிருந்த கூட்டம் முறியடித்தது.

இம்முயற்சியில் ஈடுபட்ட அரசு அதிகாரிகள் மிரட்டப் பட்டதுடன், அவர்கள் மீது கற்கள் வீசப்பட்டன. இத்தகைய சூழலில் அரசுக் கருவூலம் தாக்கப்படும் ஆபத்துள்ளதாக, தாசில்தார் உயர் அதிகாரிகளுக்குத் தெரிவித்தார். இதனால் லெவிஞ்ச் பாளையங்கோட்டையிலிருந்து இராணுவத்தை அழைத்தார். அதன்படி, நூறு இராணுவ வீரர்களும், சேமப் படையினரும் நிகழ்விடத்திற்கு வந்தனர். இறந்தவரின் உடலை எடுத்துச் செல்ல இராணுவம் மேற்கொண்ட முயற்சிகளைக்

கூட்டம் முறியடித்தது. வீடுகளின் மாடியிலிருந்தும், கூரைகளி லிருந்தும் கூட்டத்தினர், இராணுவத்தினர் மீது கற்களை வீசியதும் வேறு வழியின்றித் துப்பாக்கிச் சூடு நடத்த உத்தரவிடப்பட்டது.

முதலில் இராணுவத்தினர் வானை நோக்கித் துப்பாக்கியால் சுட்டனர். ஆனாலும் கூட்டம் கலையவில்லை. கல்வீச்சுத் தொடர்ந்தது. இரண்டாவது முறை சுட்டபோது பத்துப் பேர் இறந்தனர். பதினைந்துபேர் காயமடைந்தனர். இதன் பின்னர் இறந்த கிறித்தவரின் உடலைத் தூக்கிச் சென்ற இராணுவத்தினர், மாலை நான்கு மணியளவில் பாளையங்கோட்டைக் கல்லறைத் தோட்டத்தில் அடக்கம் செய்தனர்.

கலகம் குறித்த கருத்துக்கள்

இந்நிகழ்ச்சி மிஷனரிகளிடையே பரபரப்பான ஒரு செய்தி யாகப் பரவியது. இதற்குச் சான்றாக சுவிஷேசபுரம் என்னும் ஊரில் உபதேசியாராகப் பணிபுரிந்து வந்த, சவரிராய பிள்ளை என்பவர் டிசம்பர் 27ஆம் நாள் எழுதிய தமது நாட்குறிப்பில், அவ்வூர்ப் போதகருக்கு (ஐயர்) வந்த கடிதத்தில் இடம் பெற்றிருந்த செய்தியைக் குறிப்பிட்டுள்ளது வருமாறு:

> திருநெல்வேலியில் ஆசுப்பத்திரியில் விஷவியாதியினால் யிறந்த கிறிஸ்தவனை முருகன்குறிச்சிக்குக் கொண்டுவர விடாமல் ஊரார் தடை செய்ததினால் தாசில்தார்[1], கொத்தவால்[2] முதலானவர்கள் போனதுக்கு மீறினதாற் கலைக்கட்டர் துரை கர்னலும் பட்டாளமும் போனவர் களையும் மீறி கற்களால் யெறிந்து காயப்படுத்தினதினால் ஷ பட்டாள சிப்பாயிகள் சுடவும் அந்தக் கலகக்காரரில் சிரேஸ்தார்[3], வீரபத்திர பிள்ளையவர்கள் மகன் முதலான 25 பேர் மரித்ததாகவும் கேள்விப்பட்டது.

ஒரு கிறித்தவரின் பிணத்தை எடுத்துச் செல்ல, தடுத்தவர்களை யடக்க, அரசு மேற்கொண்ட உறுதியான நடவடிக்கை, கிறித்தவர் களுக்கும், கிறித்தவ மிஷனரிகளுக்கும் மகிழ்ச்சியை அளித்திருக்கும் என்பதில் ஐயமில்லை.

---

1. வட்டாட்சியர்
2. ஒரு நகரின் காவல் தலைவன்
3. நீதிமன்றம், வட்டாட்சியர், மாவட்ட ஆட்சியர் அலுவலகங்களின் தலைமை அதிகாரி.

அதே நேரத்தில் பாளையங்கோட்டையில் இருந்த பேராயர் 'சார்ஜண்ட் அய்யர்' 1859ஆம் ஆண்டு சர்ச் மிஷன் அறிக்கையில்,

> இப்படியெல்லாம் நேரிடலாம் என்று நான் அறிந்திருந்தால் புறமதத்தினரின் சம்பிரதாய நம்பிக்கைகளை வருத்தப் படுத்துவதைவிட, எவ்வளவு தூரம் தாழ்ந்து போக வேண்டு மானாலும் அப்படிப்போய் வேறுவிதமாக நடந்திருப்பேனே.

என்று வருந்தி எழுதியுள்ளார்.

கலகம் குறித்த மதிப்பீடு

சாதியம் ஆழமாக வேர்விட்டிருந்த திருநெல்வேலி நகரில், நெல்லையப்பர், காந்திமதியம்மன் கோவில் நடுநாயகமாக அமைந்துள்ளது. கோவிலைச் சுற்றிலும் நான்கு வீதிகள் அமைந் துள்ளன. இவ்வீதிகளின் வழியாகவே ஆண்டுதோறும் ஆனி மாதம் தேர் (இரதம்) செல்வதன் அடிப்படையில், திசைகளின் பெயரால் கீழரத வீதி, தெற்குரத வீதி, மேலரத வீதி, வடக்குரத வீதி என இத்தெருக்கள் பெயர் பெற்றிருந்தன. கீழரத வீதியை யும், மேலரத வீதியையும் இணைக்கும் வகையில் தெரு ஒன்று உண்டு. இத்தெருவின் மேல்கோடியில் வடக்குப்புறமாக மருத்துவ மனையும், அதற்கு நேர் எதிராகத் தென்புறம் காவல் நிலையமும் உள்ளன.

கச்சேரியில் இருந்து மேற்கூறிய மருத்துவமனைக்கு காலரா தாக்கிய கிறித்தவர் அனுப்பி வைக்கப்பட்டுள்ளார். அங்கு இறந்து போனவரின் உடலை எடுத்துச்செல்ல இரண்டு வழிகள்தான் இருந்தன.

முதலாவது வழி மருத்துவமனையிருந்த தெருவிலிருந்து கிழக்கே சென்று கீழரத வீதியை அடைந்து, அங்கிருந்து நேர் கிழக்காகச் செல்லும், அறம் வளர்த்த புதுமாடத்தெரு வழியாகக் கீழப்புதுத் தெருவையடைந்து திரும்பி திருநெல்வேலி சந்திப்புக்குச் செல்லும் நெடுஞ்சாலை வழியாகப் பாளையங் கோட்டையை அடைவது.

இரண்டாவது வழி கீழரத வீதியிலிருந்து கிழக்கே திரும்பி, நெல்லையப்பர் கோவிலுக்கு நேர் எதிரேயுள்ள கல்மண்டபம் வழியாக நெடுஞ்சாலையை அடைவது.

இவற்றுள் முதலாவது வழி சாதிய மேலாண்மையுடன் தொடர்புடையது. அறம் வளர்த்த புதுமாடத் தெரு வழியாகவும், கீழப் புதுத்தெரு வழியாகவும் செல்லும் வழியில், இருமருங்கிலும் நெருக்கமாகவுள்ள வீடுகள் பெரும்பாலும் சைவ வேளாளர்களுடையன.

கீழரத வீதி வழியாகச் செல்லும்போது, காந்திமதி யம்மன் கோவிலையும், நெல்லையப்பர் கோவிலையும் கடந்து சென்று, கல்மண்டபம் ஒன்றின் வழியாகத் திருநெல்வேலி செல்லும் நெடுசாலையை அடைய வேண்டும். இத்தெருவின் மேற்பகுதியில் இருமருங்கிலும் பிராமணர்களும், கீழ்ப்பகுதியில் வடபுறமாக வெள்ளாளர்களும் குடியிருந்தனர். வெள்ளாளர் குடியிருப்புக்கு எதிரில், தென்புறத்தில் தெப்பக்குளம் இடம் பெற்றிருந்தது.

மொத்தத்தில் இவ்விருவழிகளில் முதல் வழியாகச் சென்றால், சாதிய மேலாண்மையை மீறுவதாக அமையும். இரண்டாவது வழியாகச் சென்றால், சமய அவமதிப்பாகவும், சாதிய மேலாண்மையை மீறுவதாகவும் அமையும். இது அன்றைய சமூக அமைப்பில் நிலவிய நடைமுறையாக இருந்தது. மேலும் 1858இல் கிழக்கிந்தியக் கம்பெனியிடமிருந்து இந்தியாவின் ஆட்சி உரிமையை ஆங்கில அரசு பெற்றுக்கொண்டபோது, இங்கிலாந்தின் அரசியாக இருந்த விக்டோரியா மகாராணி ஆணை ஒன்றை வெளியிட்டிருந்தார். அதில் இந்தியரின் சமய மற்றும் சமூகப் பழக்கவழக்கங்களில் தலையிடமாட்டோம் என்று உறுதியளித் திருந்தார்.

மகாராணியின் இவ்வுறுதிமொழியைச் சாதிய மரபுகளையும் தீண்டாமையையும் இறுக்கமாகப் பேணும் மேட்டிமைச் சாதி யினர் இறுக்கமாகப் பற்றிக்கொண்டனர். அதே அறிக்கையில்,

> யாருக்கும் எந்த வகையிலும் சலுகை காட்டப்பட மாட்டாது என்றும் சமய நம்பிக்கைக்காகவோ, சமயம் சார்ந்த பழக்க வழக்கங்களுக்காகவோ யாருக்கும் இடையூறு நேராது என்றும், சட்டத்தின் பாதுகாப்பு அனைவருக்கும் பாரபட்சமின்றிக் கிடைக்குமென்றும் நம்முடைய அரசு விரும்புகிறது.

என்ற உறுதிமொழி இடம் பெற்றிருந்ததை, மேட்டிமையோர் வசதியாக மறந்துவிட்டனர். மேலும் ஆங்கிலேயர் அல்லாத அரசு அதிகாரிகளும், ஊழியர்களும் பெரும்பாலும் மேட்டிமைச் சாதியினராகவேயிருந்தனர்.

இத்தகைய சமூகச் சூழலின்போது மக்கள் புழங்கும் தெரு என்பதுகூட, சாதிய மேலாண்மையை நிலைநாட்டும் தளமாகவே விளங்கியது. இதை அநாகரிகமான செயலாகவோ, சனநாயக உணர்வுக்கு மாறானதாகவோ பார்க்கும் மனநிலை மேட்டிமை யோரிடம் உருவாகவில்லை. காலம் கடந்துபோன ஆதிக்க மரபுகளைப் பேணிக்காக்கவே விரும்பினர். அதை மீறுவதை அவர்களால் சீரணிக்க முடியவில்லை. இயன்ற வரை அதைத்

தடுத்து நிறுத்தவே விரும்பினர். அதே நேரத்தில் ஆங்கில அதிகாரவர்க்கம், கருத்து நிலையில் இரு வேறு அணிகளாக விளங்கியது. ஒரு பிரிவினர், விக்டோரியா மகாராணியின் அறிக்கையில் இடம்பெற்றிருந்த, சமய சாதிய மரபுகளில் தலையிடாமை என்ற கொள்கையைப் பின்பற்ற விரும்பினர். இதன் மூலம் சட்டம் ஒழுங்குப் பிரச்சனைகள் உருவாகாமல் தவிர்த்துக்கொள்ளலாம் என்று நம்பினர். கீழ்நிலை அதிகாரிகளாக விளங்கிய மேட்டிமைச் சாதியினர், இவர்களின் மனநிலைக்கு ஆதரவான நிலைப்பாட்டை மேற்கொண்டதில் வியப்பில்லை.

மற்றொருபக்கம் உண்மையான கிறித்தவத் தகவுகளைப் பேண விரும்பிய ஆங்கில அதிகாரிகளில், ஒரு சிலர் சாதிய மேலாண்மைக்கும், தீண்டாமைக்கும் எதிராகச் செயல்பட்டனர்.

மேலும் ஒடுக்கப்பட்ட மக்கள் பிரிவிலிருந்து வந்த புதிய கிறித்தவர்களுக்குச் சமூக நீதி வழங்கி, தம்மை வேறுபட்டவர் களாகக் காட்டிக்கொள்ள வேண்டிய கட்டாயம் கிறித்தவத் திருச்சபையினருக்கு, குறிப்பாக அய்ரோப்பிய மறைப்பணியாளர் களுக்கிருந்தது.

இத்தகைய சமூக அரசியல் சூழலிலேயே, திருநெல்வேலிக் கலகம் நிகழ்ந்துள்ளது. மேற்கூறிய மாறுபட்ட சிந்தனைப் போக்குகளில், இந்நிகழ்வு பார்க்கப்பட்டது. மரபை மீறாமல் நடந்துகொள்ளும்படி பார்த்துக்கொள்ள வேண்டும், என்ற கருத்துடையவர்களாக ஆம்ஸ், பெர்ட் ஆகியோர் விளங்கி யுள்ளனர். வேளாள சமூகத்தைச் சார்ந்த தாசில்தார் இவர்களுக்கு உறுதுணையாக இருந்துள்ளார்.

மறைப்பணியாளரான சார்ஜெண்ட் உண்மையான கிறித்தவத் தகவை நிலைநாட்ட முயன்றுள்ளார். மாவட்ட ஆட்சித் தலைவரான லெவிஞ்ச் இவருக்கு உறுதுணையாக இருந்துள்ளார். அதே நேரத்தில், மாறிவரும் சமூகச் சூழல்களை உய்த்துணர முடியாது, காலம் கடந்த பழைய மதிப்பீடுகளைத் தக்க வைத்துக்கொள்ள விரும்பிய மேட்டிமைச் சாதியினர், குறிப்பாக வெள்ளாளர்கள் மூர்க்கத்தனமாக அரசு எந்திரத்துடன் மோதியது, உயிர்ச் சேதத்திற்கு வழிகோலியது.

இறுதியாக இந்நிகழ்வுகளின் வாயிலாக நோக்கும்போது, மரபு மீறிய பிண ஊர்வலங்களுக்குக் கிறித்தவம் ஓர் உந்து சக்தியாக விளங்கியுள்ளது வெளிப்படுகிறது.

பயன்பட்ட ஆவணங்கள், நூல்கள்

1. Fryken berg Robert Eric: 1976

   "The Impact of conversion and social Reform upon Society in South India during the Late company period: Questions concerning Hindu-Christian Encounters, with special Reference to Tinnevelly". In Philips C.H. and Wainwright, Mary Doreen (eds) *Indian Society and the Beginnings of Modernisation* C.1830-1850, London: School of Oriental and African Studies.

2. Fryken berg Robert Eric: 1982

   On Roads and Riots in Tinnevelly: Radical change and Ideology in Madras Presidency During the 19th Century *South Asia, Vol IV 2* (December 1982).

3. Norton George, M.A.(1859) Proselytism in India.

வேதநாயக சாஸ்திரியாரின் வேதசாஸ்திரக் கும்மி

தமிழ்நாட்டில் பதினெட்டு, பத்தொன்பதாம் நூற்றாண்டுகளில் சீர்திருத்தக் கிறித்தவம் விரைவாகப் பரவியது. இவ்வாறு பரவிய கிறித்தவம், தமிழ் மண் சார்ந்த கிறித்தவ இலக்கியப் படைப்பாளிகள் சிலரை உருவாக்கியது. இவ்வாறு உருவாகி, சமய எல்லையைத் தாண்டி அறிமுகமாகியுள்ள ஒரு கவிஞர் வேதநாயக சாஸ்திரியார். இவரது 'பெத்லகேம் குறவஞ்சி' சீர்திருத்தக் கிறித்தவத்திற்குக் கிடைத்த கொடை எனலாம்.

பிறப்பும், வாழ்வும்

கிறித்தவத்தின் தொட்டில் என்று கூறப்படும் திருநெல்வேலி மாவட்டத்திலுள்ள பாளையங் கோட்டை நகரில் 1772இல் இவர் பிறந்தார். இவர் தந்தை அருணாசலம் பிள்ளை கத்தோலிக்கச் சமயத்தை 1760இல் தழுவியவர். தேவசகாயம் பிள்ளை என்பது அவரது கிறித்தவப் பெயராயிற்று. தமது சமய மாற்றத்துக்குப் பின், பிறந்த தம் மகனுக்கு வேதபோதகம் என்ற பெயரை இட்டார். இதுவே பின்னர் வேதநாயகம் என்றாயிற்று.

1784இல் திருநெல்வேலி வந்த சுவார்ட்ஸ் என்ற சீர்திருத்தக் கிறித்தவ சபைக்குரு பன்னிரண்டு வயதான வேதநாயகரைக் காண நேர்ந்தது. வேதநாயகத்தின் அறிவாற்றலால் ஈர்க்கப்பட்ட சுவார்ட்ஸ், வேதநாயகத்தை அவர் தந்தையின்

அனுமதியுடன் தஞ்சாவூருக்கு அழைத்துச் சென்றார். அங்குச் செயல்பட்டு வந்த 'நவீனப் பள்ளியில்' வேதநாயகர் மாணவராகச் சேர்க்கப்பட்டார். இப்பள்ளியின் பாடத்திட்டம் குறித்து இராபர்ட் எரிக் ஃபிரிக்கன்பெர்க் என்பவர் பின்வருமாறு குறிப்பிடுகிறார்.

> பாடத்திட்டம் தமிழும் ஆங்கிலமும் கலந்தது. வேதாகமும், வேதபாடங்களும் அத்தோடு மிக நவீனமான பகுத்தறிவொளிக் கொள்கைகளில் பிறந்த அறிவியலும், தொழில்நுட்பமும் பாடத் திட்டத்தில் இருந்தன. இம்மாதிரியான கல்வி இந்தியாவில் அப்போது வேறெங்கும் கிடைத்ததில்லை.

இத்தகைய நவீனக் கல்வியைக் கற்றுக் கொடுத்த இப்பள்ளி யில் வேதநாயகத்துடன் பயின்றவர் சரபோஜி ராஜா. கல்வி

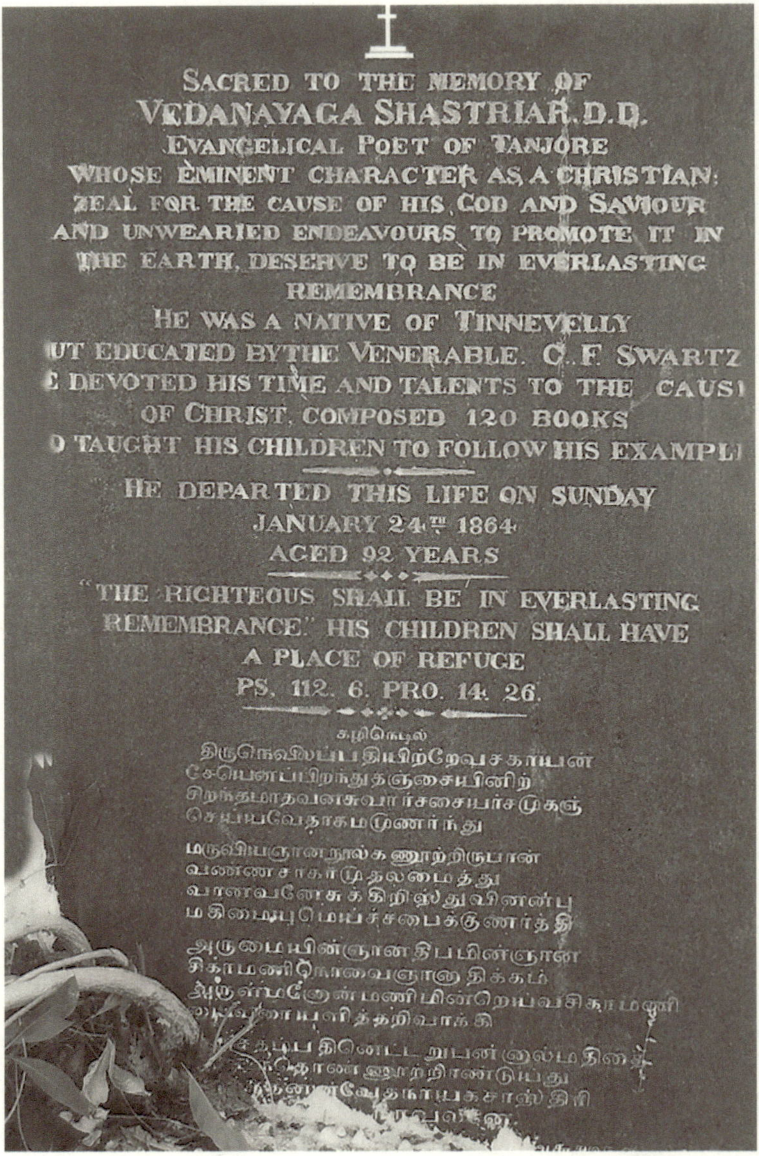

வேதநாயக சாஸ்திரியாரின் கல்லறை

கற்று முடித்த பின்னர் ஆசிரியராகவும் தலைமையாசிரியராகவும் வேதநாயகர் பணியாற்றினார். கிறித்தவ மறைப்பரப்பாளர் களுடனும் திருச்சபை உயர் அதிகாரிகளுடனும் அவருக்கு நெருக்கமான தொடர்பிருந்தது. சைவ வைணவ சமயத்தினரின் கதாகாலட்சேபப் பாணியைப் பின்பற்றிக் கிறித்தவச் சமயம் சார்ந்த கதாகாலட்சேபக் குழுவை உருவாக்கினார். இக்குழுவுடன் தமிழ்நாட்டின் பல ஊர்களுக்கும் சென்று கிறித்தவம் சார்ந்த கதாகாலட்சேப நிகழ்ச்சிகளை நிகழ்த்தி வந்தார். அத்துடன் சிறிதும் பெரிதுமாக எண்பதுக்கும் மேற்பட்ட நூல்களை எழுதியுள்ளார். 'சாஸ்திரி' வந்தல்லோ எண்பது நூல்களைச் சாதித்தானடி' என்று வேதசாஸ்திரக் கும்மியில் குறிப்பிட்டுள்ளார். இதற்குப் பின் இவர் நாற்பது நூல்களை எழுதியுள்ளார். எனவே தான் இவரது கல்லறையில் 120 நூல்களை இவர் எழுதியுள்ளதாகக் குறிப்பிடப்பட்டுள்ளது. 1864ஆம் ஆண்டில் தமது 92ஆவது வயதில் இவர் மரணமடைந்தார். இவரது உடல் தஞ்சையில் அடக்கம் செய்யப்பட்டது.

வேதசாஸ்திரக் கும்மி

1814இல் வேதநாயகர் எழுதிய இந்நூல் தற்போது விற்பனை யில் இல்லை. இருபது ஆண்டுகளுக்கு முன் இந்நூலைத் தஞ்சை சரஸ்வதி மகால் நூலகம், வெளியிட்டது. நூலைக் குறித்துத் *தினமணி* நாளேட்டில் கண்டனக் கடிதம் வெளிவந்த பின்னர் இரண்டு அல்லது மூன்று படிகளே விற்றிருந்த நிலையில் விற்பனையை நிறுத்தி வைத்துவிட்டனர். நூலின் எஞ்சிய படிகள் என்ன ஆயிற்று என்பது தெரியவில்லை.

இந்நூலில் உள்ள தேர்ந்தெடுத்த பாடல்களைக் குறுநூலாக, கிறித்தவ மிஷனரிகள் ஆங்காங்கே சென்ற நூற்றாண்டின் தொடக்கத்தில் வெளியிட்டுள்ளதாகத் தெரிய வருகிறது. 1915ஆம் ஆண்டிலும் 1969ஆம் ஆண்டிலும் 'சாஸ்திரக் கும்மி' என்ற பெயரில் இந்நூல் வெளியாகியுள்ளது.

1969இல் இந்நூலைப் பதிப்பித்த திரு. தாமஸ் ரத்தினம் தமது முகவுரையில்,

> சங்கைக்குரிய வேதநாயகம் சாஸ்திரியாரவர்கள் கிறிஸ்தவர்கள் தங்களின் பழைய மதமாகிய இந்துமத சாஸ்திரங்களை விட்டுவிடாமல், தலைமுறைத் தத்துவமாய் இறுகப் பிடித்துச் சாதித்து வருகிறார்கள் என்பதைக் கண்டு சாஸ்திரக் கும்மியைப் பாடினார்கள்.

என்று எழுதியுள்ளார். நூலின் உள்ளடக்கம் இக்கருத்தை உறுதி செய்கிறது. சான்றாகச் சில பாடல்களைக் காண்போம்.

நல்லநாள், நல்லநேரம் என்று கணித்துப் பார்க்கும் செயல் குறித்து,

ஆகாத நாளிலே புத்தியறிந்தவ
ளாலே நஷ்டம் வரும் என்றும்
சாகாமல் தாலி அறுப்பாள் என்றும் சொன்ன
சாஸ்திரம் ஏதடி ஞானப் பெண்ணே.

ஆகாத நாளில் சமைந்தவள் தாலி
அறுபட்டுப் போவது மெய்யானால்
வாகான நாளில் சமைந்தவளும் அவ
மங்கிலி ஆவானேன் ஞானப் பெண்ணே.

சாஸ்திரம் பார்த்துச் சமைந்தாளே பின்னும்
சாஸ்திரத்தாலி புனைந்தாளே
சாஸ்திரக் காரப் பார்ப்பாத் தியவள்
தாலியறுப் பானேன் ஞானப் பெண்ணே.

நாளுந்தேதியும் திங்களும் பார்த்து
ராசிப் பலன்க ளெலாம் பகுத்து
நீளுந் தாரகை நன்றெனத் தீதென
நிமித்தங் கேட்பதார் ஞானப் பெண்ணே.

பிள்ளைக்கு நூறு வயதென்று சொல்லியே
பெரிய சாதகம் ஒன்றெழுதிக்
கள்ளத் தனமாக முப்பதில் நாற்பதில்
கண்டம் என்பானேன் ஞானப் பெண்ணே.

என்று பகடி செய்யும் சாஸ்திரியார், பறவைகள், ஒலியெழுப்பல், பூனை, நாய் குறுக்கே வரல் என்பனவற்றை மையமாகக் கொண்ட நம்பிக்கைகளை

காக்காய் கத்துதல்; ஆந்தை கத்துதல்
காரியத்தைக் கெடுத்துப் போட்டால்
போக்காய் மற்றக் குருவிகள் கத்தலில்
புண்ணியம் உண்டாமோ ஞானப் பெண்ணே.

தன் வயிறு தனக்குப் பசிக்கையில்
சகல பட்சியும் கத்தாதோ ?
உன் இழவுக்குக் கத்துதென் றெண்ணி நீ
உலைந்திருப் பானேன் ஞானப் பெண்ணே.

பூனையும் நாயும் குறுக்கிட்டால் கன
பொல்லாப்பு வரும் என்று சொன்னாய்
பூனையும் நாயும் உன்வீட்டில் இருப்பது
பொல்லாப் பல்லவோ ஞானப் பெண்ணே.

என்று பகடி செய்கிறார்.

சில சாதியினரைத் தொட்டால் தீட்டு என்ற கருத்துக் குறித்து,

உன்னைப்போல மனுஷனானவன்
உன்னுடை ரூபஞ் சரியானோன்
உன்னைப் போல் ஆத்துமத்தைக் கொண்டிருப்பவன்
என்னமாய்த் தீட்டானான் ஞானப் பெண்ணே.

மாட்டைத் தொட்டுத் தலைமுழுகாத நீ
மனுஷனைத் தொட்டு ஸ்நானம் செய்தாய்
மாட்டைப் பார்க்க மனுஷன் இளப்பமோ
மறுமொழி கொடு ஞானப் பெண்ணே.

மாட்டு மூத்திரத்தைக் குடித்தே அந்த
மாட்டுச் சாணியைப் பூசிக் கொண்டு
மாட்டைத் தானே கும்பிட்டு நின்ற வுன்
மாட்டுப் புத்தியோ ஞானப் பெண்ணே.

நாயைத் தொட்டுத் தலை முழுகாத நீ
நரனைத் தொட்டுத் தலை முழுகப்
பேயைக் கும்பிட்டுநின்றவுன் புத்தியினால் வந்த
பேதைமைப் புத்தியோ ஞானப் பெண்ணே.

மிருகத்திலும் மனுஷனை இப்படி
மெத்தவும் நிஷிதப் படுத்து வது
அருவருக்கப் படத்தக்க பாவ மென்
றறிந்த தில்லையோ ஞானப் பெண்ணே.

என்று வினா எழுப்புகிறார். இதுபோன்ற முற்போக்கான பல கருத்துக்கள் வேதசாஸ்திரக் கும்மியில் இடம் பெற்றுள்ளன. 'கிறித்தவச் சித்தர்' என்று குறிப்பிடுமளவுக்கு அவரது சீர்திருத்தக் கருத்துகள் உள்ளன. ஆனால் அவரது வாழ்க்கையுடன் இப்பாடல்களை இணைத்துப் பார்த்தால், தன் சுயசாதி அடையாளத்தைத் துறக்காதவராகவே அவர் வாழ்ந்துள்ளார் என்பது தெரிய வருகிறது. இது குறித்து விரிவாக ஆராய்வது, இக்கட்டுரையின் தலைப்புடன் பொருந்தாது. என்றாலும் ஒரு படைப்பாளியின் படைப்புக்கும், அவனது வாழ்க்கைக்கும் இடையிலான இடைவெளியை உணர்ந்துகொள்ள, ஒன்றிரண்டு செய்திகளை அறிந்துகொள்வது அவசியமாகிறது.

1834ஆம் ஆண்டில் பதினொரு செய்யுள்களை இவர் எழுதியுள்ளார். இவற்றின் இறுதியில் 'புதுக்குருமார் தமிழ்ச் சனங்களுக்குச் செய்த கொடுமையைப் பற்றி, பராபரனை நோக்கிக் கூப்பிட்ட முறைப்பாடு' 1834ஆம் ஆண்டு என்று எழுதியுள்ளார். இக்குறிப்பு இச்செய்யுள்கள் எழுதப்பட்ட

சூழலை உணர்த்துகிறது. இது குறித்து இப்பதிகத்தைப் பதிப்பித்த சவரிமுத்து அடிகளார்,

> இப்பதிகம் எழுதப்பட்ட சூழ்நிலையைக் கவிஞரது குறிப்பு வெளிப்படுத்துகிறது. 19ஆம் நூற்றாண்டின் தொடக்கத்தில் தஞ்சை மாவட்டத்திலுள்ள கிறிஸ்தவச் சபைகளினூடே சாதிப் பிரச்சினை தாண்டவமாடிற்று. மேல்சாதி, கீழ்ச்சாதி என்ற பிரிவினைப் போராட்டத்தில் சுவார்ச்சையருக்குப் பின் வந்த கோலேப்பையர் முதலானவர்கள் கீழ்ச்சாதியினரைச் சார்ந்து ஏனைய சாதியினரை ஒடுக்கினர்.

என்று குறிப்பிடுகிறார். அத்துடன் 'அவ்வாறு ஒடுக்கப்பட்டவர்களின் அவலக் குரல்கள்'(!) இப்பதிகத்தில் இடம் பெற்றுள்ளதாக விளக்கியுள்ளார்.

தொடக்ககாலக் கிறித்தவத் திருச்சபைக்குள் நிலவிய, மேட்டிமைச் சாதிய மேலாண்மைக்கெதிராகக் குருக்கள் சிலர் மேற்கொண்ட செயல்பாடுகள் வேதநாயகருக்குப் பிடிக்கவில்லை. சாதிய வேறுபாட்டைக் கிறித்தவத்தில் நீக்க முயன்ற குருக்களால் தாம் பாதிக்கப்பட்டதாக அவர் எழுதியுள்ள பதிகங்களில் இடம்பெறும் வரிகள் வருமாறு:

> குருக்களும் பகைவரானார் கோவிலும் வேறதாயிற்று.
>
> சங்கையை* இழந்தோம் பின்னும் சாதியின் நலமுமற்றோம்.

சாதி அடிப்படையிலான கல்லறைகளுக்குத் தடைவிதிக்கப் பட்டதால் தமக்கு நேர்ந்த துயரத்தைக் 'கல்லறைக் கிடமுமற்றுக் காட்டினுக் ககற்றப்பட்டோம்' என்று வெளிப்படுத்தியுள்ளார். இறுதியில்,

> ஆதரவருளியெங்கள் ஆபத்தை நீக்கி மேலும் சாதியின்
> இடறலின்றிச் சபையெலாந் தழைக்கச் செய்து
> வேதநாயக கன்பாட்டெங்கள் விண்ணப்பங்களைக்
> கேட்டன்பாய் ஏதமே பொறுத்தெந்நாளும் எம்மையாள்
> ஏசுநாதா.

என முடிக்கிறார். தமிழறிஞர் ஜி.யூ.போப் சாதிவேறுபாட்டைக் கிறித்தவத்தில் நீக்க முயன்றதை எதிர்த்து 'போப்பையரின் உபத்திரா உபத்திரவம்' என்ற குறுநூலை அவர் வெளியிட்டுள்ளதாக அ.மார்க்ஸ் குறிப்பிட்டுள்ளார்.

---

* சங்கை – மரியாதை

சாதி குறித்த, இத்தகைய அணுகுமுறையைக் கொண்டிருந்த வேதநாயக சாஸ்திரியார் 'வேதசாஸ்திரக் கும்மி' என்ற முற்போக்கான நூலை ஏன் எழுதினார் என்ற வினா எழுவது இயற்கை. அய்ரோப்பிய மிஷனரிகளின் அன்பிற்குரியவராக அவர் இருந்தமையால், புதிய கிறித்தவர்கள் தம் பழைய பழக்க வழக்கங்களைக் கைவிடும் வகையில் நூலொன்றை எழுத வேண்டிய கடப்பாடு அவருக்கிருந்துள்ளது.

இந்நூல் முழுவதையும் படித்துப் பார்த்தால் 'சாதிகள்' என்று சாஸ்திரியார் சுட்டுவது சைவ, வைணவ, நாட்டார் சமய நெறிகளைப் பின்பற்றுவோரைத்தான் என்பது புலனாகிறது.

மேலும் அவரைப் பொறுத்த அளவில், சுயசாதிப்பற்று என்பது மூடப்பழக்கவழக்கமாகத் தோன்றவில்லை.

தம் பாரம்பரிய மதத்தைத் துறந்து கிறித்தவர்களாக மாறியவர்களால் தம் சுயசாதி அடையாளத்தைத் துறக்க இயலவில்லை. தமிழ்க் கிறித்தவத்தின் அடிப்படைக் குறைபாடு இதுதான். இதிலிருந்து வேதநாயக சாஸ்திரியாரும் தப்பவில்லை.

நன்றி: 'உங்கள் நூலகம்'

புகைப்படங்கள் உதவி: தோழர் தஞ்சை சாம்பான், தஞ்சாவூர்.

அந்தோனியார் பக்தி முயற்சி

புனிதர்

யேசு மற்றும் அவர் உருவாக்கிய கிறித்தவத் திருச் சபைக்காக வாழ்ந்து, அற்புதச் செயல்களை நிகழ்த்தி இறந்துபோன கிறித்தவ அடியார்களே புனிதர்கள் ஆவர். கத்தோலிக்கத் திருச்சபையின், திருச்சபைச் சட்டம் *(cannon law)* ஒருவரைப் புனிதராக ஏற்றுக்கொள்வது குறித்துச் சில விதிமுறைகளை உருவாக்கியுள்ளது. தொடக்கக் காலத் திருச்சபையில் தங்களது சொந்த மறைமாவட்டங்களில் ஆயர்கள், புனிதர் வழிபாட்டை முறைப்படுத்தி வந்தனர். இதனால் ஆயரின் அதிகார எல்லையைத் தாண்டி, குறிப்பிட்ட புனிதர் ஒருவரின் வழிபாடு பரவும்போது சில நேரங்களில் சிக்கல்கள் உருவாயின.

இதன் பின்னரே, ஒருவரைப் புனிதராக ஏற்றுக் கொள்வது குறித்த விதிமுறைகள் திருச்சபைச் சட்டத்தில் இடம்பெற்றன. இதற்கு ஏற்ப, உலகக் கத்தோலிக்கத் திருச்சபையால் ஒருவர் புனிதராக ஏற்றுக்கொள்ளப் படுகிறார். இதனால் புனிதர்களை விருப்பம்போல் மக்கள் உருவாக்கிக்கொள்ள இயலாது. ஒருவரைப் புனிதராக ஏற்றுக்கொண்டபின், அவரது பெயர் புனிதர்களின் பட்டியலில் இடம்பெறும். இப்பட்டியலில் இடம்பெற்றவர்களுள் ஒருவரைத் தம் தேவாலயத்தின் பாதுகாவலராகக் கொண்டு, அவர் பெயரால் அத்தேவாலயத்தை அழைப்பர். இதனடிப்படையில் அவரது பெயரால் திருவிழாக் கொண்டாட்டம் அத்தேவாலயத்தில் நிகழும்.

புனிதர்கள் வழிபாடு, அடிப்படை இறையியல் கோட்பாட்டிற்கு முரணாகும். எனவே புனிதர் வழிபாடு என்று கூறாமல் 'புனிதர் பக்தி முயற்சி' என்றே திருச்சபை குறிப்பிடுகிறது. இதன்படி புனிதர்கள் வாயிலாக இறைவனிடம் வேண்டிக்கொள்கிறார்கள். எனவேதான் புனிதர்களின் பெயரால் மன்றாட்டுக்களைத் திருச்சபை உருவாக்கியுள்ளது. இம்மன்றாட்டுக்களின் இறுதியில் அப்புனிதரின் பெயரைக் குறிப்பிட்டு 'எங்களுக்காக வேண்டிக் கொள்ளும்' என்ற வரி இடம்பெறும் (புனித அந்தோனியாரே எங்களுக்காக வேண்டிக்கொள்ளும்). ஒரு புனிதரின் வாயிலாக இறைவனிடம் வேண்டிக்கொள்ளும் மன்றாட்டுக்கள் ஒருபுறம் இருக்க, சில வழிபாட்டு முறைகளும் மக்களிடையே உருவாகியுள்ளன.

அந்தோனியார்

கத்தோலிக்கப் புனிதர் வரிசையில் இடம்பெற்றுள்ள ஒருவர் அந்தோனியார் (1188/95–1231). எகிப்து நாட்டில், இவருக்கு முன்னால் இதே பெயரில் புனிதர் ஒருவர் நான்காம் நூற்றாண்டில் வாழ்ந்தார். இருவரையும் வேறுபடுத்திக் காட்டும் வகையில், எகிப்து அந்தோனியார் என்றும், பதுவை அந்தோனியார் என்றும் அடைமொழியிட்டுக் குறிப்பிடுவது வழக்கம். பதுவை என்பது ஊரின் பெயராகும். தமிழ்நாட்டில் எகிப்து அந்தோனியார் 'வனத்து அந்தோனியார்' என்று அழைக்கப்படுகிறார்.

பதுவை அந்தோனியார் தமது 15ஆவது வயதில் அகுஸ்தியின் துறவியர் சபையில் சேர்ந்து, பின்னர் அதிலிருந்து விலகி, பிரான்சிஸ்கன் துறவறச் சபையில் சேர்ந்து துறவியானார்.

இவர் அற்புதங்கள் செய்தவராக நம்பப்படுகிறார். காணாமல்போன பொருள்களைக் கண்டுபிடித்துத் தரும் ஆற்றல் இவருக் கிருப்பதாகக் கத்தோலிக்கர்கள் நம்புகின்றனர். இதன் அடிப்படையில் காணாமல் போன பொருட்கள் கிடைக்க, அந்தோனியாரிடம் வேண்டும் மரபு உள்ளது.

அந்தோனியார் வழிபாடு

இராமேஸ்வரம் தொடங்கி, கன்னியாகுமரி வரையிலான கடற்கரைப் பகுதியில் கி.பி.1533இல் கத்தோலிக்கம் பரவியபோது புனிதர் வழிபாடு அறிமுகமானதாகத் தெரியவில்லை. ஆனால் நாட்டார் தெய்வங்களை வழிபட்டு வந்தவர்கள் தம் புதிய சமய வாழ்வில் இடைவெளி ஏற்பட்டதாகக் கருதும் நிலை தோன்றியது. இதைப் போக்கும் வகையிலேயே புனிதர் வழிபாடு அறிமுகப்படுத்தப்பட்டது.

16ஆம் நூற்றாண்டில் அண்ட்ரிக் அடிகளார் என்ற சேசு சபைத் துறவி கத்தோலிக்க அடியார் வரலாற்றைக் கூறும் '*Flos Sanctorum*' என்ற ஸ்பானிய மொழி நூலைத் தமிழில் 'அடியார் வரலாறு' என்ற தலைப்பில் மொழிபெயர்த்தார். இந்நூலை கி.பி. 1586இல் தூத்துக்குடி மாவட்டத்திலுள்ள புன்னைக்காயல் என்ற கடற்கரைக் கிராமத்தில் அச்சிட்டு வெளியிட்டார். இந்நூலில் புனிதர்களை 'சுத்தமானவர்கள்' என்று அடைமொழி இட்டுக் குறிப்பிடும் அண்ட்ரிக் அடிகளார், அவர்கள் திருச்சபையால் ஏற்றுக்கொள்ளப்பட்ட பின்னரே வணக்கத்திற்குரியவராகிறார்கள் என்பதை "அவனைச் சுத்தமானவன் ஆம்படியே எல்லாக் கிரிசித்தியானிகளும் வணங்க வேணுமென்று சுத்தமானவர் கட்டளையிடும்பொழுது, அதை கனொனிசாரிக்கிறதென்று சொல்லப்படும்" என்று கூறுகிறார்.

அடியார் வரலாறு என்ற நூலில் அந்தோனியாரை, என்ன காரணத்திற்காக வணங்க வேண்டும் என்பதை,

> கிரிசித்தியானிகள் தாங்கள் போட்டுவிட்ட வசுத்துக்கள் மீளக் காணவேணுமென்று விசேஷமாகச் சு.அந்தோனியை இட்டமாழுவார்கள். சு. அந்தோனி (புனித அந்தோனியார்) தம்பிரானோட இரந்தது கொண்டு போய்விட்ட வசுத்துக்கள் மீள உடையவர்களுக்குக் கிடக்கையினால், இப்படியே கிரிசித்தியானிகள் அவரை இட்டமாழுவார்கள். நாமும் நம்முடைய வசுத்துக்கள் போய்விடும்பொழுது அந்த

வசுத்துகள் காணவேணுமென்று அவரை இட்டமாழுகிறது நல்லது. ஆகிலும் நம்முடைய ஆற்புமங்களுக்கு வேண்டி அவரை இட்டமாழுகிறது ஏற நல்லது.

இவ்வாறு 16ஆம் நூற்றாண்டிலேயே அந்தோனியார் வழிபாடு அண்ட்ரிக் அடிகளாரால் அறிமுகப்படுத்தப்பட்டுவிட்டது. தூத்துக்குடி மாவட்டத்திலுள்ள ஆலந்தலை என்ற கடற்கரைக் கிராமத்தில், புனித ராயப்பர் தேவாலயம் கட்டத் தொடங்கி நீண்ட காலமாகியும் அது முற்றுப்பெறவில்லை. அதற்குப் பின் வெகுகாலம் கழித்துக் கட்டத் தொடங்கிய அந்தோனியார் ஆலய வேலை முற்றுப்பெற்றுவிட்டது, என்று 1712ஆம் ஆண்டிற்கான சேசுசபைக் கடிதம் குறிப்பிடுகிறது. "புனித அந்தோனியார் மிகப்பெரிய அற்புதங்களை நிகழ்த்துபவர். ஆனால் புனித ராயப்பர் அப்படிப்பட்டவர் அல்லர்" என்பதாலேயே, ராயப்பர் ஆலயம் கட்ட நிதி கிடைக்கவில்லை என்றும் அதே கடிதம் குறிப்பிடுகிறது.

இவ்வாறு மக்களிடையே செல்வாக்குப் பெற்றுள்ள அந்தோனியார் வழிபாட்டில் பொங்கலிடல், அசனம் கொடுத்தல், உலோக உடலுறுப்புக்களைக் காணிக்கையாக வழங்குதல், மொட்டை போடுதல், பேயோட்டுதல், சப்பர ஊர்வலம் என்பன இடம்பெறுகின்றன.

பொங்கல் இடுதல்

பொங்கலிடுதல் என்பது தமிழர்களிடையே செல்வாக்குப் பெற்ற ஒன்றாக இன்றுவரை விளங்குகிறது. இது எப்பொழுது தோன்றியது என்று உறுதியாகக் கூற முடியாவிட்டாலும் 17ஆம் நூற்றாண்டில் இது மக்களிடையே பரவலாகச் செல்வாக்குப் பெற்றிருந்தது என்பதை, டி–நொபிலியின் கடிதம் ஒன்றின் வாயிலாக அறிகிறோம். மக்களிடம் இது பெற்றிருந்த செல்வாக்கை உணர்ந்த டி–நொபிலி கத்தோலிக்கர்கள் வீட்டின் முன் பொங்கலிட அனுமதித்தார். நாட்டார் தெய்வங்களின் முன் பொங்கலிடும் வழக்கத்தை அடியொற்றி அந்தோனியார் முன் பொங்கலிடும் பழக்கம் இதன் தொடர்ச்சியாக உருப்பெற்றது.

வழிபடும் பக்தன் தன் கையால் சமைத்த உணவை, கடவுளுக்குப் படைப்பதே, பொங்கலிடுதல் சடங்கின் நோக்க மாகும். நிறுவனச் சமயங்களான சைவம் வைணவம் இரண்டிலும் இவ்வுரிமை கிடையாது. நாட்டார் தெய்வங்களுக்குப் பொங்கலிட்டு வந்த அடித்தள மக்கள், கத்தோலிக்கரான பின்னர் இவ்வுரிமையை இழந்துவிட்டனர். இதை மீண்டும் அவர்களுக்குத் தரும் வழி முறையாகவே தத்துவப் போதகர் பொங்கலிடுவதை அறிமுகப் படுத்தியுள்ளார்.

அசனம் கொடுத்தல்

அசனம் என்பது உணவைக் குறிக்கும். அந்தோனியாருக்கு அசனம் கொடுப்பதாக நேர்ச்சை செய்துகொள்பவர்கள் (நேர்ந்து கொள்பவர்கள்), அவர் பெயரால் அமைந்த தேவாலயத்துக்குச் சென்று உயிர்பலி கொடுப்பது பொதுவான வழக்கம். இதன்படி நேர்ச்சை செய்துகொண்டவர் தேவாலயத்திற்கு அருகில் உள்ள கிணற்றில் பலியாட்டை நீராட்டுவர். பின் அதன் கழுத்தில் கட்டியுள்ள கயிற்றின் முனையைப் பிடித்தவாறு மூன்று முறை தேவாலயத்தை வலம் வருவர். பின்னர் தேவாலயத்திற்கு வெளியே அதைக்கொன்று, அதன் இறைச்சியைச் சமைத்து, பதின்மூன்று ஏழைகளை அழைத்து இறைச்சி உணவைப் படைப்பர். நேர்ச்சை செய்துகொண்டவர் பனை ஓலைப் பட்டை அல்லது வாழை இலையைக் கையில் ஏந்தியவாறு பதின்மூன்று பேருக்கும் உணவு பரிமாறிய பின் ஒவ்வொருவரிட மிருந்தும் ஒரு கவளம் உணவே பெறுவார். பின் அதனை அவர் உண்பார். பலி கொடுத்த ஆட்டின் தோல் கோவிலுக்கு உரிமையானது. யேசுவே இறுதி உயிர்ப்பலி என்பதால்தான் தேவாலயத்திற்குள் பலி கொடுப்பதில்லை. அசனம் கொடுத்த உணவை வீட்டிற்குக் கொண்டு வருவது இல்லை.

வைதீகச் சமயநெறியில் ஹோமம், வேள்வி என்ற பெயரில் எரியும் நெருப்பில், உணவு, தானியம், நெய், ஆடை போன்ற வற்றைப் போடும் வழக்கம் உண்டு. இம்முறையில் இதில் இடப்படும் பொருட்கள் தேவர்களையும், இறைவனையும் சென்றடைவதாக நம்புகின்றனர்.

இதற்கு மாறாக, நாட்டார் வழிபாட்டு மரபில் பலி, படையல் என்பனவற்றில், பலிகொடுக்கப்பட்ட விலங்கின் இறைச்சியும், படையலாகப் படைக்கப்பட்ட உணவுப் பொருட்களும், பக்தர்களின் பயன்பாட்டிற்கு உரியதாகின்றன. அவை அழிக்கப்படுவதில்லை.

உயிர்ப்பலி என்பது நாட்டார் வழிபாட்டு மரபில் ஒரு முக்கிய அங்கம். இதைக் கத்தோலிக்கரான அடித்தள மக்கள் இழந்துவிட்ட நிலையில், இதை ஈடு செய்யும் வழிமுறையாகவே அசனம் கொடுத்தல், உயிர்ப்பலி கொடுத்தல் என்பன அந்தோனியார் கோவிலில் நிகழ்கின்றன.

உலோக உறுப்புக் காணிக்கை

கை, கால் போன்ற உறுப்புகளில் காயம் அல்லது முறிவு ஏற்பட்டாலோ, கண், மூக்கு, காது போன்ற உறுப்புகளில்

நோய் எதுவும் ஏற்பட்டாலோ, வெள்ளி அல்லது பித்தளை யால் கண்–கால்–கை போன்ற உறுப்புகளைச் செய்து காணிக்கையாகத் தருவதாக நேர்ந்துகொள்வார்கள். பிள்ளை வரம் வேண்டுபவர்களும் தங்களுக்குப் பிள்ளைப்பேறு வாய்க்கப்பெற்றால் வெள்ளி அல்லது பித்தளையால் செய்யப் பட்ட சிறு தொட்டில்களைக் காணிக்கையாகத் தருவதாக நேர்ந்துகொள்வார்கள். இதனடிப்படையில் ஒரு புனிதரின் தேவாலயங்களில் உலோகத்தால் ஆன உடல் உறுப்புகளும் தொட்டில்களும் காணிக்கையாக வழங்கப்படுகின்றன.

பட்டம் வைத்தல்

தலைமயிரை மொட்டையடித்துக்கொள்ளுதல், 'பட்டம் வைத்தல்' எனப்படுகிறது. இதன்படி, நெற்றிப்பகுதிக்குச் சற்று மேலே, ஒரு கயிற்றினைத் தலையைச் சுற்றி வட்டவடிவில் கட்டியதைப்போல முடியானது ஒரே சீராகக் கத்தரித்து விடப் பட்டு, எஞ்சிய தலைப்பகுதி முழுவதும் மொட்டையடிக்கப்படும்.

நேர்ச்சை செய்துகொண்ட புனிதரின் பெயரால் 'அந்தோனியார் பட்டம்', 'சவேரியார் பட்டம்' எனப் பட்டம் வைத்தல் அழைக்கப்படுகிறது. 'அந்தோனியார் பட்டம்'அகலம் குறைவானதாகக் கத்தரித்து விடப்பட்டிருக்கும். 'சவேரியார் பட்டம்' இதைவிடச் சற்று அகலமாக இருக்கும்.

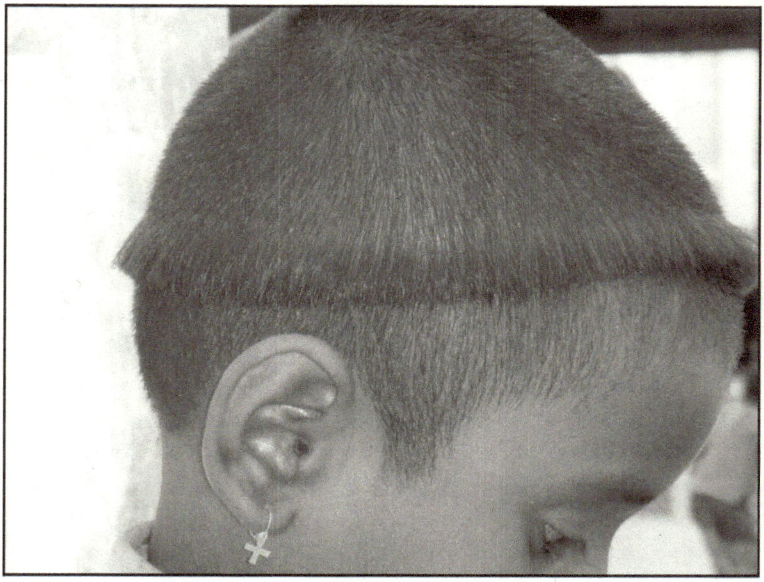

இதுதவிர 'வாளி' என்னும் சிறு உலோக வளையத்தை காதில் அணியும் நேர்ச்சையும் உண்டு. இது "வாளிபூருதல்" எனப்படும். இதை 'இராயப்பர் வாளி' என்று அழைப்பர்.

பிற காணிக்கைப் பொருட்கள்

உப்பு, மிளகு இரண்டையும் கலந்து நேர்ச்சைப் பொருளாகப் புனிதர் முன் ஓலைப்பெட்டியில் காணிக்கையாக வைக்கும் பழக்கமும் உண்டு. இதிலிருந்து சிறிதளவு எடுத்து வந்து வீட்டில் பாதுகாத்து வைப்பர். இது 'நேர்ச்சை உப்பு' எனப்படும். நேர்ச்சை உப்பைச் சிறிதளவு வயலில் தூவினால் பயிர் நன்கு செழித்து வளரும் என்றும், நேர்ச்சை உப்பு அடங்கிய சிறு பொட்டலத்தை

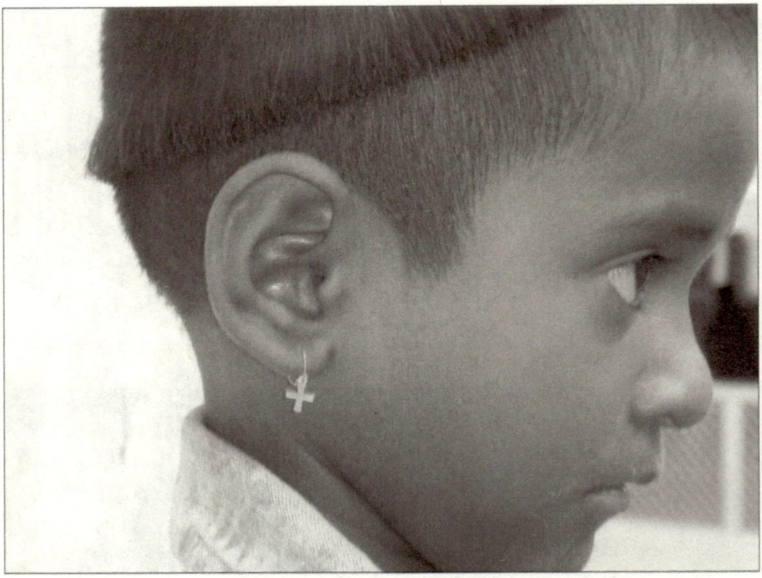

மீன்பிடி வலையில் கட்டிக் கடலில் வீசினால் மீன் மிகுதியாகக் கிடைக்கும் என்றும் நம்புகிறார்கள். மனிதர்களுக்கும் வீட்டில் வளரும் பசு, ஆடு போன்ற விலங்குகளுக்கும் ஏற்படும் நோய்களைப் போக்க நேர்ச்சையுப்பைச் சிறிதளவு நீரிலோ, உணவிலோ இட்டுக் கொடுக்கும் பழக்கமும் உண்டு.

பிரசாதப் பொருளாக வில்வ இலை, திருநீறு, குங்குமம், துளசி, சுண்டல் போன்றவற்றைக் கோவிலில் பெற்று, அதை வீட்டுக்குக் கொண்டுவரும் மரபு சைவம், வைணவம், நாட்டார் வழிபாட்டு நெறி ஆகிய மூன்றிலும் உண்டு. இது கத்தோலிக்கத்தில் அறவே கிடையாது. இக்குறையை ஈடு செய்யும் வழிமுறையாக நேர்ச்சை உப்பு அமைகிறது.

முதல் விளைச்சலில் ஒரு சிறு பகுதியையும், ஈன்ற பசுவின் முதற்பாலையும் அந்தோனியாருக்குக் காணிக்கையாக வழங்கும் பழக்கம் கிராமப்புறங்களில் நிலவுகிறது. சப்பரம் அல்லது தேரில் புனித அந்தோனியார் உலாவாக வரும்போது நேர்ச்சை உப்பை உயரே வீசி எறிவதும், பருத்தி, மிளகாய் போன்ற வேளாண் விளைபொருட்களை வீசியெறிவதும் இன்றும் நிகழ்கிறது.

சிவகங்கை மாவட்டம் கந்துப்பட்டி கிராமத்தில் அந்தோனியார் பொங்கல் தை மாதம் நிகழும். இதையொட்டிக் குழந்தைப் பேறு வேண்டி நேர்ச்சை செய்துகொள்பவர்கள், ஒரு கட்டுக் கரும்பின் நடுவில் தொட்டில் ஒன்றைக் கட்டி அதைக் கணவனும், மனைவியும் சுமந்தவாறே கோவிலைச் சுற்றி வருவர். அக்கரும்புக் கட்டு தேவாலயத்திற்கு வழங்கப் படும். இவ்வாறு நேர்ச்சை செய்து குழந்தைப் பேறு வாய்க்கப் பெற்றவர்களும் கரும்புக் கட்டில் கட்டப்பட்ட தொட்டிலில் குழந்தையை இட்டுக் கோவிலை வலம் வருவர். இவ்வாறு வலம் வரும்போது பெரும்பாலும் கரும்பின் தூர்ப் பகுதியைக் கணவனும், தோகைப் பகுதியை மனைவியும் சுமந்தவாறு வலம் வருவர்.

கந்துப்பட்டி அந்தோனியார் கோவில் பொங்கல் விழாவை யொட்டி மஞ்சுவிரட்டு நடைபெறும். இதற்காக அந்தோனியார் கோவில் சார்பில் ஒரு காளை மாட்டை விலைக்கு வாங்கி, இதைக் கட்டுவதற்கென்று கோவில் அருகில் நடப்பட்டுள்ள தூணில் கட்டுவர். மஞ்சுவிரட்டு முடிந்தவுடன் அக்காளையை விற்றுவிடுவர்.

அந்தோனியார் பொங்கல் விழாவிலும், அதையொட்டி நிகழும் மஞ்சுவிரட்டிலும் இந்து, கத்தோலிக்கர் என்ற வேறுபாடின்றி அனைவரும் கலந்துகொள்வர் என்றாலும் முக்குலத்தோர் சமூகத்தோரே இதில் முக்கிய இடம் பெறுகின்றனர். மஞ்சு விரட்டன்று எல்லோர் வீட்டிலும் விருந்தினர்களுக்காக உணவு சமைத்து வைப்பர். உறவினர் அல்லாதவரும் உணவருந்தத் தடையேதுமில்லை.

மடிப்பிச்சையெடுத்தல்

குழந்தைப்பேறு வாய்க்கப் பெறாத பெண்கள், குழந்தை வேண்டி மேற்கொள்ளும் சமயம் சார்ந்த நேர்ச்சைச் சடங்குகளில் ஒன்று ‘மடிப்பிச்சையெடுத்தல்’. பாத்திரம், கூடை போன்ற எந்தப் புழங்கு பொருளையும் பயன்படுத்தாமல், தான் கட்டி யிருக்கும் சேலையின் முந்தானையை விரித்து அதில் காசு

அல்லது அரிசியைப் பிச்சையாக ஏற்பதே மடிப்பிச்சையாகும். இச்சடங்குகளில் ஒரு பெண் தன்னைப் பிச்சைக்காரியின் நிலைக்குத் தாழ்த்திக்கொள்ளுகிறாள். இச்செயல் இறைவனின் முன்பு, பக்தனொருவன் தன்னைத் தாழ்மைப்படுத்திக் கொள்வதன் குறியீடாகும்.

மடிப்பிச்சையெடுப்போர் தாம் வாழும் பகுதியில் வீடு வீடாகச் சென்று, சேலையின் முந்தானையை விரித்துப் பிச்சை கேட்பர். பிச்சையில் சேர்ந்த காசு அல்லது அரிசியின் அளவுக்கு இணையாகத் தாமும் பணம், அரிசி ஆகியனவற்றை மடிப் பிச்சைப் பொருளுடன், நேர்ச்சை செய்துகொண்ட கோவிலுக்குக் காணிக்கையாகச் செலுத்திவிடுவர். இது இன்றும்கூடப் பழனி, திருச்செந்தூர் முருகன் கோவில்களையும் சங்கரன்கோவில் சங்கரநயினார் கோவிலையும் இருக்கன்குடி மாரியம்மன் கோவிலையும் மையமாக வைத்து நிகழ்கிறது.

கத்தோலிக்கர்களாக மதம் மாறிய தமிழர்கள் மடிப்பிச்சை எடுத்து, தாம் நேர்ச்சை செய்த (வேண்டிக்கொண்ட) கோவிலுக்குச் சென்று மடிப்பிச்சையில் கிடைத்த காணிக்கைப் பொருளை அங்குச் செலுத்திவிடுவது வழக்கம். கத்தோலிக்க சமயம் சார்ந்த அன்னையரின் தாலாட்டுப் பாடல்களில்,

கண்ணேநான் உன்னைத் தேடி
கணநாள் தபசு இருந்தேன்
பொன்னேநான் உன்னைத் தேடி
போகாத கோவிலில்லை

காணிக்கை நேர்ந்து
கையளவுப் பொன்நேர்ந்து
மாணிக்கம் நேர்ந்து
யேசுமடிக் குழந்தை வேண்டும் என்று
காணிக்கை கொண்டு
கடன்செலுத்தப் போகையிலே
மடிக்குழந்தை தந்தாங்க.

ஓ

மாதாவை நேர்ந்தேன்
மடிநிறையப் பொன் நேர்ந்தேன்
மாதாவைக் கும்பிட – ஒரு
மணிக்குழந்தை வேண்டுமென்று
காணிக்கை நேர்ந்தேன் – இரு
கை நிறையப் பொன் நேர்ந்தேன்
காணிக்கை கொண்டு செல்ல – ஒரு
கைக்குழந்தை வேண்டுமென்று.

என்று இப்பழக்கம் பதிவாகியுள்ளது. அந்தோனியாருக்கு மடிப்பிச்சை எடுப்பதாக நேர்ச்சை செய்துகொள்ளும் பழக்கம் திருநெல்வேலி, தூத்துக்குடி மாவட்டங்களில் முன்னர் பரவலாக இருந்துள்ளது.

இன்றும்கூட ஆங்காங்கே இப்பழக்கம் தொடர்கிறது. குறிப்பாக உவரி, புளியம்பட்டி ஆகிய ஊர்களில் உள்ள அந்தோனியார் ஆலயங்களில் மடிப்பிச்சையைக் காணிக்கை யாகச் செலுத்துவது திருநெல்வேலி, தூத்துக்குடி மாவட்டங்களில் நடைமுறையிலுள்ளது. சேலையின் முந்தானையில் பிச்சை ஏற்பதற்குப் பதிலாகச் சிறிய அல்லது பெரிய தாம்பாளம் ஒன்றில் அந்தோனியாரின் படத்தை வைத்து, ஒன்றிரண்டு வீடுகளுக்கு மட்டும் அடையாளப்பூர்வமாகச் சென்று, பிச்சையாகப் போடும் காசை அத்தாம்பாளத்திலேயே ஏற்றுக்கொள்வர்.

பேயோட்டுதல்

பேய் ஓட்டுதல் என்பதைக் கத்தோலிக்கத் திருச்சபை ஏற்றுக்கொள்வதில்லை. ஆயினும் மனநோய்க்கு ஆளானவர் களைப் பேய் பிடித்தவர்களாகக் கூறி அந்தோனியார் ஆலயங்களுக்கு அழைத்து வரும் மரபு நிலைத்துள்ளது. இவ்வாறு அழைத்துவரப்பட்டவர்கள், கோவிலின் முன்னால் இருந்து கொண்டும், நின்றுகொண்டும் தலையைச் சுழற்றி ஆடுவது, உரத்த குரலில் எதையேனும் பேசுதல், சிரித்தல் எனப் பல அங்க அசைவுகளைச் செய்துகொண்டிருப்பர்.

கோவிலின் பங்குக் குரு மனநோய் உற்றவரிடம் வந்து உரையாடுவார். இவ்வுரையாடல், மனநோய் உற்றவரைப் பிடித்ததாக நம்பப்படும் பேய்க்கும், அவருக்கும் இடையிலான உரையாடல்போல் அமையும். இறுதியில் அதை விலகிப் போய் விடும்படிக் கட்டளையிடும் தொனியில் உரக்கக் கூறுவார். அதை ஏற்றுப் போய்விடுவதாக அது (பேய் பிடித்தவர்), அந்தோனியார் மீது ஆணையிட்டுக் கூறும்.

பிறகு பேய் பிடித்தவர் இயல்பு நிலைக்குத் திரும்புவார். அவர்களில் சிலரிடம் உரையாடியபோது, அந்தோனியாரிடம் வாக்குக் கொடுத்துவிட்டு, 'பேய்' போனவுடன் சுமக்க முடியாத சுமையைத் தலையில் இருந்து இறக்கி வைத்ததுபோல் உள்ளது என்று கூறினர். இது ஒரு வகையில் ஒரு வகையான உளவியல் மருத்துவம்தான்.

இத்தகைய நம்பிக்கை குறித்து ஆனந்தரங்கப்பிள்ளை நாட்குறிப்பில் (தொகுதி 1:75, 79 – 80) செய்தியொன்றுள்ளது. 1739 அக்டோபர் 22இல் புதுச்சேரி பிரெஞ்சு அரசின் தலைமைத்

துபாஷியும் கத்தோலிக்கருமான கனகராய முதலியாரின் மகன் வெல்வேந்திர முதலி என்பவன் தனது 21ஆவது வயதில் காலமானார்.

அதே ஆண்டு டிசம்பர் எட்டாம் நாள் சவரிமுத்து முதலி என்பவரின் மகன் உடல்நலமின்றி உறங்கிக்கொண்டிருந்தான். ஒரு கட்டத்தில், ஆடையில் சிறுநீர் பெய்து, பேச்சு மூச்சில்லாமல் உணர்வற்ற நிலைக்கு ஆளானான்.

உடனே இஸ்லாமிய மந்திரவாதி ஒருவரை அழைத்து வந்து, கோழி, சோறு ஆகியனவற்றில் அவன் உடலைச் சுத்தி, கழிப்புக் கழித்தார்கள். இது மட்டுமின்றி, வேறு மந்திரவாதிகளையும் அழைத்து வந்தார்கள். கத்தோலிக்கரான சவரிமுத்து முதலியின் இம்மத விரோதச் செயல் குறித்துக் கனகராய முதலியிடம் பாதிரியார்கள் முறையிட்டனர். தன் மகனை இழந்த துயரத்தில் இருந்த அவர் பாதிரியார்களை நோக்கி,

> இப்படியெல்லாம் பார்த்தபடியினாலே இந்தப் பிள்ளை பிழைச்சுது. இப்படிப் பாராமல் உங்கள் பேச்சைக் கேட்டல்லவா முன் என் பிள்ளை விருதாவிலே செத்துப் போச்சுது என்று ரொம்பவும் நிந்தையாய்ச் சொன்னார். *(மேலது: 79 – 80)*

இவ்வாறு மந்திர மருத்துவத்தில் புதிய கத்தோலிக்கர்கள் கொண்டிருந்த நம்பிக்கையைத் தடுத்து நிறுத்தவும், அதை அனுமதிக்கவும் முடியாத நிலையில், அந்தோனியார் பக்தி முயற்சி கத்தோலிக்க எல்லைக்குள் நிகழும் மந்திர மருத்துவமாக உருப்பெற்றுள்ளது.

அந்தோனியார் அம்மானை

தமிழ்ச் சிற்றிலக்கியங்களில் பெரும்பாலானவை தெய்வங் களையும் வள்ளல்களையும் மையமாகக் கொண்டு உருவானவை. இதன் அடிப்படையில் ‘புனித அந்தோனியாரை’ மையமாகக் கொண்டு அந்தோனியார் அம்மானை என்ற சிற்றிலக்கியம் உருவாகியுள்ளது.

ஓலைச்சுவடி வடிவில் ‘சந்தந்தோனியார் அம்மானை’ என்ற பெயரில் இருந்த இந்நூலை அ. இன்னாசித்தம்பி என்பவர் 1892ஆம் ஆண்டில், யாழ்ப்பாணத்தில் அச்சிட்டு வெளியிட்டுள்ளார். இதன் பின்னர் 1945இல் யாழ்ப்பாணத்தில், வி.எம். சூசைப்பிள்ளை என்பவர் ஒரு பதிப்பை வெளியிட் டுள்ளார். பின்னர் இந்நூலின் ஒன்பதாம் பதிப்பு 1970இல் எஸ்.எம். இன்னாசிமுத்து என்பவரால் வெளியிடப்பட்டுள்ளது. (அந்தோனி இராசு 1992: XI - XII)

இச்செய்திகளின் அடிப்படையில் நோக்கும்போது, யாழ்ப்பாணக் கத்தோலிக்கர்களிடையே இந்நூல் செல்வாக்குப் பெற்றிருந்தமை தெரியவருகிறது. அந்தோனி இராசுவின் பதிப்பு 1992இல் திருச்சியில் வெளியாகியுள்ளது. இப்பதிப்பே இக்கட்டுரைக்கு ஆதாரமாக அமைகிறது.

நூலாசிரியர்

அந்தோனி என்ற பெயர்கொண்ட இந்நூலாசிரியர், பதினாறாம் நூற்றாண்டில் இந்நூலை இயற்றியிருக்கலாம் என்று கருதும் பதிப்பாசிரியர், இவர் புன்னைக்காயல் என்ற கடற்கரை ஊரைச் சேர்ந்த பரதவராக இருக்கலாம் என்று கருதுகிறார். இதன் பொருட்டு அவர் முன்வைக்கும் சான்றுகள் வருமாறு:

> புனித அந்தோனியார் மச்சங்களுக்கு உபதேசித்த கதையில் 92 வகையான மீன்களைப் பட்டியலிட்டுக் காட்டுகிறார். வேறு இனத்தவருக்கு அத்துணை மீன்களின் பெயர்கள் தெரிந்திருக்க வாய்ப்பு இல்லை. இல்லம் என்னும் மாற்றுப் பெயரையுடைய தேற்றா மீன், கடலின் மேற்பரப்பிலுள்ள நீரைப் பருகாமல் தன் வாலால் நீரை அடித்துத் தெறிக்கச் செய்து, தெறித்து வரும் நீர்த் துளிகளை அருந்தும் என்ற செய்தியை 23ஆம் கண்ணியில், "பங்கத்துள் நீரையில்லம் பரிவாய்த் தெளித்தருந்தும்" என்று குறிப்பிடுகிறார். ஆசிரியர் வேறு இனத்தவராயின் இம்மீனின் இவ்வியல்பை அறிந்திருத்தல் அரிது. கப்பல் கரையை அடைந்தவுடன் அது காற்றால் ஏற்றுண்டு போகாமல் தடுக்க அதன்மேல் பெரிய கற்களை வைப்பது பரதவர் பழக்கம். இக்காலத்தில் இதற்குப் பதிலாக நங்கூரம் பாய்ச்சுவர். இந்தக் கல்லு வைக்கும் வழக்கத்தைக் "கப்பல் கரைக்கு வந்து கல்லு வைத்ததம்மானை" (கண் 178) என்று கூறியிருக்கிறார். பரதவரிடையே வழங்கிவந்த வழக்குச் சொற்கள் பலவற்றை இந்த நூலில் பயன்படுத்தி இருக்கிறார். சான்றாக,
>
> வரு – கப்பல் (கண்ணி 171)
> திமில் – கப்பல் (கண்ணி 275)
> பாய் தூக்குதல் – கப்பல் புறப்படுதல் (கண்ணி 275)

❍

தத்துதிரைச் சிப்பி சதை நாற்ற மானாலும்
முத்ததனையே பெரியோர் முதன்மையாய் ஏற்பது போல்

என்று அவையடக்கப் பகுதியில் கூறுவதையும் இச்செய்திகளுடன் இணைத்து நோக்கலாம். அந்தோனியாரை அர்ச்சிஸ்ட்

அந்தோணியார் (புனித அந்தோனியார்) என்றே பேச்சுவழக்கில் குறிப்பர். ஆனால் பரதவரின் தொழிற்பாடலான அம்பாப் பாடலில் 'சால்மரியே சந்தந்தோனி' என்ற சொல்லாட்சி இன்னும் இடம்பெறுகிறது. நூலின் காப்புரையில் சந்தந்தோனி கதை பாடத் துணிந்துவிட்டேன் என்ற சொல்லாட்சி இடம் பெறுவதும் இங்குக் குறிப்பிடத்தக்கது.

முன்னர் குறிப்பிட்ட அன்டிரிக்கு அடிகளார் (என்றிக்கு என்றிகஸ்) 1546இல் தமிழ்நாட்டிற்கு வந்து, 1600 பிப்ரவரியில் இறக்கும் வரை புன்னைக்காயலில் தங்கிப் பணியாற்றினார். தமிழ்மொழியை நன்கு அறிந்திருந்தமையால்,

> இருவர் செய்யக்கூடிய நல்லதைவிட அதிகமாக இவர் ஒருவரே செய்கிறார்.

என்று, புனித சவேரியாரால் பாராட்டப்பெற்ற இவர் – 1567இல் தமிழ்க் கல்லூரி ஒன்றைப் புன்னைக்காயலில் நிறுவியுள்ளார். இந்நூல் அவரது வேண்டுகோளுக்கிணங்க அங்குப் பாடப் பட்டுள்ளதாக நூலின் அவையடக்கப் பகுதியில்,

சேசுவின் கூட்டத் திருச்சபையில் உள்ளவரும்
நேசமொடு கல்வி நிறைந்த கிறீஸ்தவரும்

பொங்கு திரைவாழும் புதுக்காயல் மாநகரில்
சங்கந் திரண்டு தமிழ்ப்படுத்தி வைத்தகதை

எம்மைப் புரந்து இயல்பாகக் காத்துவந்த
செம்மல் போட்டுக்கால்* தேசத்தோர் தன்மரபில்

வந்துதித்த வள்ளல் வரிசைக் கொடிமுகிலான்
செந்தமிழ் வாணருக்கும் தேசத்தி லுள்ளவர்க்கும்

அந்நகரி தன்னிலுள்ள அரிய கிறீஸ்தவர்க்கும்
மன்னவர்க் கும்நீதி மறையோதும் பாதவந்தோன்

அந்தோனி யென்னும் அருங்குருவின் காதைதன்னைச்
சந்தோஷ மாகத் தலத்தோர்கள் கொண்டாட

அம்மானையாக அவனிதன்னிற் பாடுமென
எம்மா லியன்றபடி யான்கூறக் கேட்டருள்வீர்

இச்சபை யிலுள்ள யாவருஞ் சந்தோஷமுற
அச்சமற இக்கதையை அம்புவியில் பாடுகிறேன்

என்று நூலாசிரியர் குறிப்பிடுகிறார்.

---

* போர்ச்சுக்கல்

நூலின் அமைப்பு

670 அம்மானைக் கண்ணிகளைக் கொண்ட இந்நூலில் காப்பு, அவையடக்கம், நகரச்சிறப்பு நீங்கலாக, உற்பவித்த காதை தொடங்கிக் கவிஞர் வேண்டுதல் காதை முடிய இருபத்தெட்டுக் காதைகள் அமைந்துள்ளன. இரண்டடிக்கு ஓர் எதுகை இடம்பெற்றுள்ளது. இறுதியில் 'வாழி' என்ற தலைப்பில் வாழ்த்துதலோடு நூல் முடிவடைகிறது.

நகரச்சிறப்பு தொடங்கி அந்தோணியாரின் மறைவைக் கூறும் காதை முடிய அக்காதையில் கூறப்படும் செய்தியின் சுருக்கம், விருத்த வடிவில் ஒவ்வொரு காதையின் தொடக்கத்திலும் இடம்பெற்றுள்ளது. காதையின் இறுதியில் அந்தோனியார் புகழ்பாடும் தோத்திர விருத்தம் இடம்பெற்றுள்ளது.

> விருத்தங்களை இடையிடையே இணைத்து அம்மானை இயற்றும் வழக்கம் பழங்காலத்தில் இல்லை. எனவே இந்நூல் விருத்தங்கள் இன்றியே இயற்றப்பட்டிருக்க வேண்டும். ஆனால் இன்று இந்நூலில், 62 விருத்தங்களும் ஒரு கலித்துறையும் அமைந்துள்ளன. இவை பிற்சேர்க்கைகளே.

என்று பதிப்பாசிரியர் (பக்.X) கூறுகிறார். அம்மானை இலக்கியத்தில் இடையிடேயே விருத்தங்கள் இடம்பெறுவதைப் பொதுவான போக்காகவும் கொள்ள இடமுள்ளது. கி.பி.1737இல் எழுதப்பட்ட அரிச்சந்திரன் அம்மானையில் இடையிடையே 141 விருத்தங்கள் இடம்பெற்றுள்ளன.

ஒருவர் உரக்கப்படிக்க, அதைப் பலர் கேட்கும் நோக்கில் அம்மானை நூல்கள் எழுதப்பட்டமையால் படிக்கப்போகும் காதையின் சுருக்கத்தைக் கேட்போருக்குத் தெரியப்படுத்தும் நோக்கில் நூலாசிரியரே இவ்விருத்தங்களை இயற்றியிருக்கலாம்.

நூலாசிரியர் செய்துள்ள மாற்றங்கள்

அந்தோனியார் செய்த அற்புதங்களுள் ஒன்று திவ்விய நற்கருணையைக் கழுதை வணங்கும்படிச் செய்ததாகும். யேசுவின் சதையாகவும், குருதியாகவும், திரு அப்பமும் திரு ரசமும் கருதப்படுவதே நற்கருணை என்னும் வழிபாட்டுச் சடங்காகும். கில்லார்டு என்னும் யூதன், இச்சடங்கை இகழ்ந்துரைத்தான். தன் கழுதை நற்கருணையை வணங்கும்படிச் செய்தால்தான் அதை நம்பி ஏற்றுக்கொள்வதாகக் கூறினான்.

அதன்படி அவனது கழுதை மூன்று நாட்கள் பட்டினி போடப்பட்டது. நான்காம் நாள் ஒரு பக்கம் உணவும் மற்றொரு பக்கம் திவ்விய நற்கருணையும் அதன் முன் காட்டப்பட்டது. கழுதை உணவை ஏறெடுத்துப்பாராது திவ்விய நற்கருணையைத் தெண்டனிட்டு வணங்கியது.

இந்நிகழ்ச்சியை 'நற்கருணையைக் கழுதை வணங்கிய காதை' என்ற தலைப்பில் கூறும் ஆசிரியர், யூதன் என்பதைச் சோனகர் (இஸ்லாமியர்) என்று குறிப்பிட்டுள்ளார். இது போன்று யூதர்கள் வழங்கிய நஞ்சுணவை அந்தோனியார் உண்டதை இஸ்லாமியர் வழங்கிய நஞ்சுணவை உண்டதாகக் குறிப்பிடுகிறார்.

முத்து வாணிபத்தில் பரதவர்களுக்கும், அரேபியர்களுக்கும் இடையிலான போட்டியினால் நிலவிய பகை உணர்வு இம்மாறுதலுக்குக் காரணமாக இருக்கலாம்.

தாய் மண்ணின் தாக்கம்

இவ்வாறு தமிழக அடித்தள மக்களின் வழிபாட்டு நெறி கத்தோலிக்கக் கிறித்தவத்தில் ஊடுருவி நிலைத்துள்ளது. நோய் போக்குதல், பேய் ஓட்டுதல், காணாமற்போன பொருளைக் கண்டுபிடித்தல் என நாட்டார் தெய்வங்களுக்கிடையே வேலைப் பிரிவினையை அடித்தள மக்கள் உருவாக்கி வைத்துள்ளனர். இதை, தாம் புதிதாகத் தழுவிய கத்தோலிக்கத்திலும் பின்பற்ற அந்தோனியார் வழிபாடு, செபஸ்தியார் வழிபாடு போன்ற புனிதர் வழிபாடுகள் துணைபுரிகின்றன. தம் சமய இறையியல் கோட்பாட்டுடன் முரண்படாது கத்தோலிக்கத் திருச்சபை பார்த்துக்கொண்டுள்ளது.

அதே நேரத்தில் இம்மண்ணிற்குரிய தீண்டாமைக் கருத்தியலும் அந்தோனியார் பக்தி முயற்சியில் ஆங்காங்கே நுழைந்துள்ளது. பேயோட்டும் ஆற்றல் படைத்த அந்தோனியாரால் தீண்டாமைப் பேயை விரட்ட முடியவில்லை! இன்றும்கூட, சில கிராமப்புற நாட்டார் தெய்வங்களின் சப்பர உலாவும், தேரோட்டமும் தலித்துக்கள் வாழும் பகுதிக்குள் நிகழ்வதில்லை. நாட்டார் தெய்வக் கோவில் திருவிழாவிற்குத் தலித் மக்களிடம் 'கோவில் வரி' வாங்குவதில்லை. அவ்வாறு வாங்கிவிட்டால் விழாவைத் திட்டமிடுவதிலும், நடத்துவதிலும் அவர்களுக்கும் உரிமை கிடைத்துவிடும் என்று ஆதிக்கச் சாதியினர் கருதுகின்றனர்.

இதுபோன்றே சில ஊர்களில் அந்தோனியார் கோவில் விழாக்களின்போது, தலித் மக்களிடம் 'கோவில் வரி' வாங்குவ தில்லை. தலித் மக்கள் வாழும் பகுதிக்குள் அந்தோனியார் சப்பரம் அல்லது தேர் செல்வதில்லை.

இத்தகைய தாய் மண்ணின் தாக்கத்தில் இருந்து அந்தோனியார் பக்தி முயற்சி விடுபடுவது அவசியமான ஒன்று.

புகைப்படங்கள் உதவி: பேராசிரியர் பீட்டர் ஆரோக்கியராஜ்,
புனித சவேரியார் கல்லூரி, பாளையங்கோட்டை.

தமிழ்க் கத்தோலிக்க அரங்கில் பரசமய எதிர்ப்பு

வரலாற்றின் தொடக்கக் காலத்திலிருந்தே பல்வேறு சமயங்களைப் பின்பற்றுவோர் வாழும் நாடாகத் தமிழ்நாடு இருந்து வந்துள்ளது. வைதீக, அவைதீக சமய நெறிகளும், நாட்டார் சமய நெறியும் இக்காலத்தில் செல்வாக்குடன் இருந்துள்ளன. அத்துடன் கடவுள் என்ற கருத்து நிலையை மறுக்கும் உலகாயதம் என்ற சிந்தனைப் போக்கும் நிலை பெற்றிருந்துள்ளது. ஆயினும் இவை தம்முள் முரண்பட்டு, ஒன்றுக்கொன்று மோதிக்கொண்டமைக்குச் சான்றுகள் எவையும் இல்லை.

பரசமய எதிர்ப்பு

சங்க காலத்திற்குப் பின் பரசமய எதிர்ப்பு தமிழ்ச் சமூகத்தில் காணப்படுகிறது. பல்லவர் காலத்தில் தொடங்கி விசய நகரப் பேரரசுக் காலம் முடிய பரசமய எதிர்ப்பு என்பது பல்வேறு வடிவங்களில் பரவலாக நிலவியுள்ளது. பரசமய எதிர்ப்பின் வெளிப்பாட்டை,

1. தத்துவம் சார்ந்தது.
2. பரசமயத்தோரின் வாழ்க்கை முறையைப் பகடி செய்து பழித்துரைப்பது.
3. புராணம் சார்ந்தது.

என மூன்று வகையாகப் பகுக்கலாம்.

தத்துவம் சார்ந்த எதிர்ப்பை மணிமேகலை, குண்டலகேசி, நீலகேசி ஆகிய காப்பியங்கள் வெளிப்படுத்துகின்றன. சைவம், வைணவம், ஆசிவகம், சமணம், சாங்கியம் போன்ற சமய நெறிகளை, மணிமேகலை கேட்டறிந்ததைச் ‘சமயக் கணக்கர் திறம் கேட்ட காதை’ குறிப்பிடுகிறது. இவற்றிற்கு மறுப்புக் கூறாது கேட்ட மணிமகலை பூதாவதியிடம் மட்டும் வாதம் செய்கிறாள். பின்னர் அறவண அடிகளைச் சந்தித்தபோது தான் கேட்ட பல்சமய நுண்பொருள் தன் உள்ளத்தைத் தொடவில்லை என்கிறாள். இறுதியாகப் ‘பவத்திறம் அறுகெனப் பாவை நோற்ற காதை’யில் மணிமேகலை தவக்கோலம் பூண்ட செய்தி இடம்பெறுகிறது. இச்செய்திகளையெல்லாம் ஒருசேரப் படிப்போர் உள்ளத்தில், பௌத்தமே மெய்ச் சமயம், பிற சமயங்கள் பயனற்றவை என்ற கருத்துப் படியும் வகையில் சாத்தனார் கூறிச்செல்கிறார்.

நீலகேசிக் காவியம் இதற்கு நேர்மாறாகப் பல்வேறு சமயவாதிகளிடம் வாதம் செய்து, காப்பியத் தலைவியான நீலகேசி வெற்றி பெறுவதைக் குறிப்பிடுகிறது. ஒவ்வொரு சமயத் தத்துவங்களின் பலவீனங்களைச் சுட்டிக்காட்டும் வகையிலான நீலகேசியின் வாதம் பரசமய எதிர்ப்பின் வெளிப்பாடுதான்.

நாயன்மார்கள், ஆழ்வார்கள் தத்தம் சமயம் பரப்புவோராகச் செயல்பட்டவர்கள். இதன் அடிப்படையில் இவர்களை மிஷனரிகள் என்றழைப்பது பொருந்தும். சமயப்பரப்பாளர் களாகச் செயல்பட்டமையால், பரசமய எதிர்ப்புச் சற்றுத் தூக்கலாகவே இவர்களிடம் காணப்படுகிறது. அத்துடன் சற்றுத் தாழ்ந்து, பழிச் சொற்களைப் பயன்படுத்தும் போக்கு இவர்களிடம் மேலோங்கியுள்ளது. சான்றாகத் திருநாவுக்கரசர் தம் தேவாரப் பதிகங்களில் சமணரைப் பழிக்கப் பயன்படுத்தும் சொற்கள் சிலவற்றைக் காண்போம்.

‘பாசிப்பல் மாசு மெய்யர்’

‘பெரியற்ற சமண் நீசர்’

‘குண்டர்கள்’

இது மட்டுமின்றிச் சமண சமயத்தில் கொண்டிருந்த புறக் கோலத்தை

‘உறி தூக்கி’

‘குண்டனாய் தலை பறித்து’

‘துவர்வாய்க் கொண்டு’

என்றெல்லாம் இழிவாகக் குறிப்பிடுகிறார்.

திருஞான சம்பந்தரோ, தம் தேவாரப் பதிகங்களில் பத்தாவது பதிகத்தை அவைதீகச் சமயப் பழிப்புக்கென்றே ஒதுக்கிவிட்டார்.

சமணத்திலிருந்து சைவனாக மரிய மகேந்திரவர்ம பல்லவன், தான் எழுதிய ‘மத்த விலாசப் பிரகடனம்’ என்ற நூலில், பழக்கவழக்கங்களை மையமாகக்கொண்டு பௌத்தத் துறவிகளைப் பகடி செய்துள்ளான்.

பிற்காலச் சோழர் காலத்தில் சைவம் ஏற்றம் பெற்றபோது, சைவம், வைணவத்துடன் முரண்பட்டு நின்றது. தில்லைக் கோவிலில் இருந்த கோவிந்தராசப் பெருமாளின் உருவச் சிலையைக் கடலில் தூக்கி எறியும் அளவுக்கும், வைணவ ஆச்சாரியரான இராமானுசரை வெள்ளுடை தரித்து நாட்டை விட்டு ஓடச் செல்லும் அளவுக்கும், கூரத்தாழ்வார் என்ற வைணவ ஆழ்வாரின் கண்களைப் பறித்தெடுக்கும் அளவுக்கும், வைணவத்தின் மீதான சைவ சமயத்தின் எதிர்ப்பு நீண்டது.

பிற்காலச் சோழர் காலத்தில் தொடங்கிய சைவ, வைணவ மோதல், விசயநகரப் படையெடுப்பின் விளைவால் உருவான நாயக்கர் ஆட்சிக் காலத்திலும் தொடர்ந்துள்ளது. இக்காலக் கட்டத்தில் உருவான பள்ளு நூல்கள் இதற்குச் சான்றாகின்றன. பள்ளு நூல்களில் காலத்தால் முந்திய முக்கூடற்பள்ளில் இடம்பெறும் முக்கூடற்பள்ளி (மூத்த பள்ளி) என்ற பாத்திரம் வைணவம் சார்ந்தவளாகவும், மருதூர்ப் பள்ளி (இளைய பள்ளி) என்ற பாத்திரம் சைவம் சார்ந்தவளாகவும் படைக்கப் பட்டுள்ளனர்.

இருவரும் தம்முள் சண்டையிட்டுக்கொள்ளும்போது தத்தம் சமயப் பெருமைகளைப் பேசுவதைவிடப் பரசமயத்தைத் தாக்குவதிலேயே ஆர்வம் காட்டுகின்றனர். சான்றாக, சில பகுதிகள் வருமாறு.

மங்கையொரு பங்கிருக்க
        யோகியென்றுதான் – கையில்
மழுவேந்தி நின்றா னுங்கள்
        மத்த நல்லோடி

கொங்கைதனில் நாச்சியாரைச்
        சங்கை யில்லாமல் – பண்டு
கூடி நெய்யில் கையிட்டா னுங்கள்
        கொண்ட லல்லோடி

காமனை மருகனென்
        றெண்ணிப் பாராமல் – காய்ந்து
கண்ணிலேறு பட்டா னுங்கள்
        கர்த்த னல்லோடி

மாமனென்று பாராமல் முன்
கஞ்சனைக் கொன்றே – கண்கள்
மாறாதேபூப் பட்டா னுங்கள்
மாய னல்லோடி

எனவே இக்காலக்கட்டத்தில் பரசமய எதிர்ப்பு புராணங்களை மையமாகக்கொண்டு வெளிப்பட்டது என்று கூற இடமுள்ளது. தத்தம் சமயச் சார்பை விளக்கும் வகையிலும், மாற்றுச் சமயத்தைப் பகடி செய்யும் வகையிலும் 'பள்ளியர் ஏசல்' என்ற பள்ளு இலக்கிய உறுப்பு சில கவிஞர்களால் பயன்படுத்தப்பட்டுள்ளது.

இவர்கள் அனைவரும் புராணச் செய்திகளை முன் நிறுத்தியே தம் வாதங்களை அமைத்துள்ளனர். தத்துவ எல்லைக்குள் நுழையவில்லை. இதற்குக் காரணம் இவ்விலக்கியங்கள் அடித்தள மக்களை முன்னிறுத்தி எழுதப்பட்டதுதான்.

கத்தோலிக்கமும் பரசமயமும்

கத்தோலிக்கம் தமிழ்நாட்டில் பரவியபோது, அதைத் தழுவிக்கொண்டவர்கள் பெரும்பாலும் அடித்தள மக்கள்தாம். குறிப்பாக ஒடுக்கப்பட்ட மக்கள் பிரிவினராக விளங்கிய 'தீண்டத் தகாதோர்' என்போர் இதில் முன்னணியில் இருந்தனர். இவர்கள் தமக்குரிய நாட்டார் தெய்வக் கோவில்களில் ஆண்டுக்கு ஒரு முறையோ, இரண்டாண்டுக்கு ஒரு முறையோ நடத்தும் திருவிழாக்களில் நாட்டார் நிகழ்த்துக் கலைகளை இடம்பெறச் செய்து கண்டும் கேட்டும் மகிழ்ந்து வந்தனர். இது மட்டுமின்றி வைதீகச் சமயங்களான சைவ வைணவக் கோவில் சார்ந்த விழாக்களின்போது நிகழும் கலை நிகழ்ச்சிகளையும் தூரத்தே நின்று கண்டு மகிழ்ந்தனர்.

இம்மக்கள் கத்தோலிக்கத்தைத் தழுவிய பின்னர் அவர்களுக்கென்று, கோவில் சார்ந்த நிகழ்த்துக் கலைகளை உருவாக்க வேண்டிய கட்டாயம் கத்தோலிக்கத் திருச்சபைக்கு ஏற்பட்டது. இறையியல் மற்றும் தத்துவம் சார்ந்த ஒப்பீட்டு ஆய்வுகளை நிகழ்த்தி இம்மக்கள் கத்தோலிக்கர்களாகவில்லை. எனவே தாம் முன்னர் பார்த்த நிகழ்த்துக் கலைகளை மீண்டும் மீண்டும் பார்ப்பதன் அடிப்படையில் ஒரு சிலர் கத்தோலிக்கத்தைக் கைவிட்டுப் பழைய சமய நெறியை மேற்கொள்ளவும் வாய்ப்பிருந்தது.

இதனை உணர்ந்த கத்தோலிக்கத் திருச்சபை, தம் முந்தைய சமயத்தின், கோவில் சார் நிகழ்த்துக் கலைகளைக் காணச் செல்வதைத் தடை செய்தது. அத்துடன் அதை ஈடுகட்டும்

வகையில் புதிய நிகழ்த்துக் கலைகளை உருவாக்கியது. இவ்வகையில் வசனமும் செய்யுளும் கலந்த ‘வாசகப்பா’ என்னும் கலை வடிவை அது பயன்படுத்தியது. இதற்குச் சான்றாக, ஈழத்துக் கத்தோலிக்கர்களிடமும் தமிழ்க் கத்தோலிக்கர்களிடமும் வழங்கிவந்த வாசகப்பா நாடக நூல்கள் அமைகின்றன.

அலெக்சாண்டர் ‘வாலிங்கனோ’ என்ற சேசு சபைத் துறவி ரோமிலிருந்த சேசு சபையின் அதிபர் தந்தைக்கு கி.பி. 1584 டிசம்பர் 15ஆம் நாள் கடிதம் ஒன்று எழுதியுள்ளார். அக்கடிதத்தில் இங்குள்ள மக்களைக் கவர்வதற்கும், இந்துத் திருவிழாக்கள் குறித்து அவர்கள் கொண்டுள்ள உணர்வையும், நினைவையும் மாற்றுவதற்கும் நாடகங்களை உருவாக்கியுள்ளதாக எழுதியுள்ளார்.

16ஆம் நூற்றாண்டின் இறுதிப் பகுதியில் எழுதப்பட்ட இக்கடிதம் கத்தோலிக்க அரங்கம் மேற்கொண்ட இரு பணிகளைத் தெளிவாகச் சுட்டுகின்றது.

> முதலாவது, கத்தோலிக்கம் குறித்த ஈடுபாட்டைக் கத்தோலிக்கர்களிடமும், கத்தோலிக்கர் அல்லாதாரிடமும் உருவாக்குதல்.
>
> இரண்டாவதாக, தம் பழைய சமயம் சார்ந்த உயர் மதிப்பீடு புதிய கத்தோலிக்கர்களிடம் மீண்டும் துளிர்விடுவதைத் தடுத்தல்.

இவற்றுள், இரண்டாவது பணிக்குத் துணை நிற்கும் வகையிலேயே பரசமய எதிர்ப்பு கத்தோலிக்க அரங்கில் இடம் பெற்றுள்ளது.

கல்வியறிவு மறுக்கப்பட்டவர்களே பெரும்பாலும் தொடக்கக் காலக் கத்தோலிக்கர்களாக இருந்தனர். அவர்களிடம், தாமஸ் அக்கினோ உருவாக்கிய கத்தோலிக்க இறையியலைப் பற்றிப் பேசுவதில் பயனில்லை என்ற நிலையில், பரசமய எதிர்ப்பு என்ற உத்தி முறை புதிய கத்தோலிக்கர்களை கத்தோலிக்கத்தில் இருந்து விலகிச் செல்லாமல் தடுத்தது.

தைரியநாத வீதி நாடகம்

பரசமய எதிர்ப்பானது யாவரும் அறிந்த புராணங்களை மையமாகக்கொண்டே நிகழ்ந்துள்ளது. இதற்குச் சான்றாகத் 'தைரியராயர் வீதி நாடகம்' என்ற வாசகப்பா நாடகத்தைக் குறிப்பிடலாம்.

இந்நாடகம் திருவண்ணாமலையில் இருந்து ஏறத்தாழ 12 கி.மீ. தொலைவிலுள்ள கெ(க)ங்கப்பட்டு என்ற கிராமத்தில் ஆண்டுதோறும் ஈஸ்டர் பண்டிகை முடிந்து மூன்று வாரம் கழித்து மே மாதத்தில் ஊரவர்களால் நடத்தப்படுகிறது. இவ்வூரில் வாழும் கத்தோலிக்கர்களில் மிகப் பெரும்பான்மையோர் ஆதிதிராவிடர் (பறையர்) வகுப்பைச் சேர்ந்தவர்கள்.

இந்நாடகத்தில் இடம்பெறும் தைரியராயருக்கு உருவச்சிலை ஒன்று ஊரில் அமைக்கப்பட்டுள்ளது. இவர் ஒரு வரலாற்றுப் பாத்திரம் என்று இவ்வூர் மக்கள் நம்புகின்றனர். இவரது இயற்பெயர் 'கான்ஸ்டைன்டின்' என்பதாகும். இப்பெயரைத் தமிழில் தைரிய ராயர் என்று குறிப்பிடுகின்றனர். ராயர் என்பது மன்னனுக்குரிய பட்டமாக விசய நகர ஆட்சிக் காலத்தில் வழங்கியுள்ளது.

மர்ச்சீலியான் என்ற மன்னன் ரோம் நாட்டை ஆண்டு வருகிறான். தன் மந்திரியை அழைத்து நாட்டு வளமையைக் கேட்க,

> சொல்லுவேன் பிர்மா விஷ்ணு ருத்திரன்
> சுவாமிக்கு அர்ச்சனை தூப நைவேத்தியம்
> வல்லவா குறையன்றியே ஓர் நாளுூ
> வளருதென்ன ரசே உன் கீர்த்தி
> வளருதென்னரசே

என்று கூறிவிட்டு ரோம் நகரில் கிறித்தவம் பரவுவதை,

என்ன சொல்லுவேன் ரோமை நாட்டினில்
ஏத்தகிருஸ்துவோர் எங்கும் பரவியே
இருக்கு ராரையா செழித்தோங்கி இருக்குராரைய்யா
வேதங்கள் படிக்கு ரார்வெகுபேரை மயக்குரார்
பாதிரிவருகிறார் பணங்களைத் தருகு ரார்
பட்டணம் வீணாச்சு கிருஸ்து மதம் யெட்டி
பெருகலாச்சி

என்று கூறிவிட்டு உரைநடையில்,

சரணம் சரணமையா மகாராஜா பூபதியே நமது ராட்சியத்தில் கிறிஸ்து வேதமென்று ஒரு புதிய வேதமுண்டாகி அதாவது ஒரு தொத்து வியாதியைப்போல் நமது இராட்சியம் எல்லாம் பரவிவிட்டது இன்றைக்கு சிவமதமாயிருப்பவர்கள் நாளைக்கு கிறிஸ்து மதமென்று சொல்லுகிறார்கள் இப்படிப் பட்டணம் முழுவதும் கெட்டுப்போய்விட்டது. இதன் மர்மத்தை இன்னதென்று அறியக்கூடவில்லையே மகாராஜ பூபதியே.

என்று விளக்குகிறான். இவ்வுரை கேட்ட மர்ச்சிலியான்,

அப்படி அந்த வேதம் நமது இராட்சியத்தில்
அதிகம் பரவுதென்றால் இனி நாம் சும்மா
இருக்கலாகாது. அப்படி வேதத்தில் சேர்ந்த
பேர்களை வேதத்தை விடும்படியாகவும் அப்படி
விடாத பேர்களை நானாவித ஆக்கினைகள்
செய்தும் அவர்களை அடித்து அதாகுதம் செய்து
அவர்கள் சொத்துக்களையெல்லாம் அரண்மனையில்
சேர்த்துவிட்டு அவர்களை பிறதேசம் விடுவீர்களாகவும்

என்று கட்டளையிடுகிறான். இக்கட்டளையைக் கேட்ட மந்திரி சேவகர்களை அழைத்து,

அகோவாருங்களிடா சேகுவோர்களே நமது

ராட்சியத்திலுண்டாகிய
கிறிஸ்துவர்களைச் செய்யாத கொடிய

வேதனைகளைச் செய்து வேதத்தை விடச்
செய்யவும் அப்படி விடாத பேர்களை வெட்டியும்
மற்றவர்களைப் பிறதேசம் ஓட்டி விடுவீர்களாகவும்

என்று ஆணையிடுகிறான். இது நிறைவேற்றப்படவே, கிறித்தவர்கள் மர்ச்சீலியானின் மாமனாரான தைரியராயன் என்ற மன்னனிடம் சென்று முறையிட, அவர் கிறித்தவர்களுக்கு அடைக்கலமளிக்கிறார்.

இச்செய்தியை அறிந்த மர்ச்சீலியான், தன் மாமனாரான தைரிய ராயனிடம் கப்பம் வாங்கி வரும்படி பணிக்கிறான். தைரியராயன் கப்பம் கட்ட மறுத்துவிடுகிறார். பின்னர் தன் மனைவியை அழைத்துத் தன் மாமனாரின் செயலைக் கூறுகிறான். தன் தந்தை மீது படையெடுக்க வேண்டாமென்று அவள் கூறிய அறிவுரையை ஏற்காமல் படையெடுக்க முனைகிறான் மர்ச்சீலியான்.

மர்ச்சீலியானின் ஒன்றுவிட்ட சகோதரன் திய்யக்குளோசன். இவனது படைத்தலைவன் பங்கிராஸ் கிறித்தவர்களுக்கு ஆதரவாகச் செயல்படுகிறான். அவனது போதனையால் மர்ச்சீலியானின் மனைவி அலமேல் அம்மாள், மகள் செவிலி, சோம்பாய் என்போர் கிறித்தவர்களாக மாறிவிட்ட செய்தியை அமைச்சன் குறிப்பிடுகிறான்.

அவர்களை அழைத்து வரும்படி மர்ச்சீலியான் உத்தரவிட, அவர்களும் வருகின்றனர். தன் முன் வந்த மனைவியிடம் தான் செய்ய இருக்கும் பராசக்திப் பூசையைக் குறித்து,

> கேளும்மாதே பராசக்தியேன்று ஒரு
> பொண்ணுருவத்தை செய்து அம்மணமாக நிறுத்தி
> ஒரு பொற்குடத்தில் நல்ல உயர்ந்த சாராயத்தை
> நிரப்பி விக்கிரகத்தின் கால்நடுவே வைத்து சகல கனி
> வர்க்கங்களும் பலகாரப்பட்சணங்களும்
> வரிசை பிரகாரமாக வைத்துப் படைப்பதற்கு இரண்டு
> கன்னிப் பெண்களையும் பூசாரியுடன் கூட்டி, சத்திய
> குண்டத்தை வளர்த்திட ஓம் சாந்தி செய்து சகல பூசை
> நெய் வேத்தியங்களும் முடிந்த உடன் சாராயம் முதல்
> சகல பண்டுபலாதிகளையும்
> சகலரும் உண்டு, குடித்து, களித்து, படுத்து
> நித்திரை செய்து போவதும் பராசக்தி பூசையென்று
> சொல்லப்படும் என் பிராண வதியே

என்று கூற, அவளோ

> கேளும் என் பிராண ரட்சகா தேவரீர்
> சொல்லியவைகளைக் கேட்டபோது பேய்க் கூத்தாகத்
> தோன்றுகிறது இன்னும் அதன்
> விருத்தாந்தத்தை அடியாளுக்கு உரைசெய்ய
> வேணுமையா சுவாமி என் பிராண ரட்சகா

என்று கூறிவிடுகிறாள். இதற்கு மர்ச்சீலியான் விடைகூற, இருவருக்குமிடையே தர்க்கம் நடக்கிறது. இத்தர்க்கத்தில் சைவ வைணவ புராணக் கதைகள் பகடி செய்யப்படுகின்றன.

ஆதியான் சோதி அமல சர்வேசுரன்
தீதில்லா ஏசு கிறித்துவ நாதன்
விமலனே யன்றி வேறு தெய்வத்தை
குவலயந் தன்னில் கும்பிட மாட்டேன்.

என்ற கருத்து நாடகத்தில் அழுத்தம் பெறுகிறது. ரோம் நாட்டில் கிறித்தவம் பரவியபோது அதைப் பரவவிடாது தடுத்தவர்களுள் மர்ச்சீலியான் என்பவனும் ஒருவன். அவனுடைய வரலாற்றை இங்கு நாடகமாக ஆக்கும்போது தமிழ்நாட்டுச் சமயங்களுக்கும், கிறித்தவத்திற்கும் இடையில் நிகழும் மோதலாக இந்நாடகம் சித்திரிக்கிறது.

ஒரு கதைக் கருவை ஐரோப்பாவிலிருந்து எடுத்துக் கொண்டு அதைத் தமிழ்ச் சூழலில் நிகழ்த்துக் கலையாக மாற்றியிருக்கிறார்கள். கிறித்தவர் அல்லாதவர்களும் இந் நாடகத்தைப் பார்க்கும்பொழுது கிறித்தவர் சமயத்திற்கும், தம் சமயத்திற்கும் இடையிலான முரண்பாடுகளை அறிந்து கொள்ளும் வாய்ப்பை இந்நாடகம் ஏற்படுத்தியுள்ளது. அத்துடன் புதிய கிறித்தவர்கள் கிறித்தவத்தின் எல்லைக்குள் நிலைத்து நிற்கவும் உதவியுள்ளது.

ஆனால் இத்தகைய வரலாற்றுச் சூழல் தற்போது இல்லை. என்றாலும் கடந்தகாலச் சமயச் சூழலின் எச்சமாக இந்நாடகம் காட்சி தருகிறது. ஒரு வகையில் தமிழ்நாட்டுச் சமய வரலாறு தொடர்பான ஓர் ஆவணம் என்றும் இதைக் குறிப்பிடலாம்.

நன்றி: 'உங்கள் நூலகம்'

சூசை வழக்கின் தீர்ப்பும், சமூக யதார்த்தமும்

சென்னை நகரின் நடைபாதை ஒன்றில் செருப்புத் தைக்கும் தொழிலாளியாகச் சூசை என்பவர் பணியாற்றி வந்தார். அட்டவணைச் சாதியினரான இவர் கத்தோலிக்கத்தைத் தழுவியிருந்தார்.

1982 மே மாதத்தில், தமிழ்நாடு கதர் மற்றும் கிராமத் தொழில் வாரிய அதிகாரிகள், சென்னை நகரில் காலணி செய்யும் மற்றும் பழுதுபார்க்கும் தொழிலாளர்கள் பணி செய்யும் இடங்களில் அளவாய்வு (சர்வே) ஒன்றை மேற்கொண்டனர். இதில் சூசை பணி செய்யும் இடமும் அடங்கும்.

இதன் தொடர்ச்சியாக, காலணி தொடர்பான தொழிலில் ஈடுபட்டு வந்த பலருக்கு 1982 ஜூலை 27 அன்று இலவசமாக, சாலையோரத் தொழிற்கூடத்தை (Bunks), இவ்வாரியத்தின் வட்டாரத் துணை இயக்குநர் வழங்கினார். ஆனால் சூசைக்கு இது வழங்கப்படவில்லை. இது குறித்து அவர் விசாரித்தபோது பின்வரும் செய்திகள் அவருக்குக் கிட்டின.

(i) அட்டவணைச் சாதியினரின் நலனுக்கான நடுவண் அரசின் சிறப்பு உதவித் திட்டத்தின் கீழ் இத்தொழிற் கூடங்களை இலவசமாக வழங்கியுள்ளனர்.

(ii) இதற்கான நிதியானது அட்டவணைச் சாதியினருக்கு மட்டுமே வழங்கப்பட வேண்டிய நடுவண் அரசின் நிதியில் இருந்து வழங்கப்பட்டுள்ளது.

(iii) இது தொடர்பாகச் சமூக நலத்துறை 1982 பிப்ரவரி 13இல் ஆணையொன்றை வெளியிட்டுள்ளது. (ஆணை எண் – எம்.எஸ்.580, நாள் 13.02.1980)

(iv) மேற்கூறிய ஆணையில், கிறித்தவர்களான அட்டவணைச் சாதியினர் இந்நலத்திட்டத்தின் கீழ் உதவி பெறத் தகுதி அற்றவர்கள் என்று குறிப்பிட்டுள்ளது.

(v) மேற்கூறிய அரசாணையின் அடிப்படையிலேயே, சூசைக்குச் சாலையோரத் தொழிற்கூடம் இலவசமாக வழங்கப்படவில்லை.

இவ்வாணையானது இந்து அல்லது சீக்கிய மதத்தைச் சாராத ஒருவர், அட்டவணைச் சாதிப் பட்டியலில் இடம் பெற முடியாது என்ற 1950ஆம் ஆண்டு அரசியல் அமைப்புச் சட்டத்தின் அடிப்படையிலேயே வெளியாகியுள்ளது என்பதை சூசை உணர்ந்தார்.

எனவே தனக்கு நீதி கேட்டு உச்சநீதிமன்றத்தில் வழக்குத் தொடுத்தார் (எண் – 9596, ஆண்டு 1983). இவ்வழக்கை விசாரித்த தலைமை நீதிபதி பி.என்.பகவதி, ஆர்.எஸ்.பதாக், சுரேந்திர நாத் சென் ஆகிய மூவரும் சூசையின் மனுவில் இடம்பெற்ற செய்திகளைப் பின்வருமாறு வகைப்படுத்தித் தொகுத்துரைத்தனர்.

- இந்து ஆதிதிராவிடர் சாதியைச் சேர்ந்த தான் கிறித்துவராக மதம் மரிய பின்னரும் அச்சாதியைச் சேர்ந்தவராகவே இருப்பதாகவும், தனது சாதியானது அரசியல் அமைப்புச் சட்டத்தில் அட்டவணைச் சாதியினர் தொடர்பான 1950ஆம் ஆண்டு உத்தரவின் கீழ் வருவதாகவும் மனுதாரர் குறிப்பிட்டுள்ளார்.

- அட்டவணைச் சாதியினரின் நலனுக்காக வழங்கப்படும் உதவி, தான் கிறித்தவன் என்னும் ஒரே காரணத்திற்காக மறுக்கப்பட்டுள்ளது. இப்பாகுபாடானது அட்டவணைச் சாதியினர் தொடர்பான அரசியல் அமைப்புச் சட்டத்தின் மூன்றாவது பத்தியில் இடம்பெற்றுள்ள விதிக்கு முரணாக உள்ளதால், அரசியல் அமைப்புச் சட்டத்தின்படி தகுதியற்றதாகும் என்று குறிப்பிட்டுள்ளார்.

- சட்டத்தின் முன் அனைவரும் சமம் என்ற அரசியல் அமைப்புச் சட்ட விதிக்கு மாறாகத் தனக்கு நியாயம் வழங்கப்படவில்லை என்பது அவரது வாதமாகும்.
- இந்திய அரசியல் அமைப்புச் சட்டத்தில் நான்காவது பிரிவு, சமூக நிலையிலும், கல்வி நிலையிலும் பின்தங்கி யுள்ள அட்டவணைச் சாதியினர் மற்றும் ஆதிவாசிகள் முன்னேற்றத்திற்காகச் சிறப்பு உதவி வழங்க அரசுக்கு அனுமதி வழங்கியுள்ளது.
- அட்டவணைச் சாதியினரிடையே மத அடிப்படையில் பாகுபாடு காட்டி, ஒரு பிரிவினருக்கு அரசின் நலத்திட்டங் களை மறுப்பது கூடாது.
- அவ்வாறு மறுப்பது மனுதாரரின் மத உரிமையை மறுப்ப தாகும்.

இவ்வாறு சூசையின் மனுவின் சாரத்தைக் குறிப்பிட்டு விட்டு, அட்டவணைச் சாதியைச் சேர்ந்த இந்து ஒருவர் கிறித்தவராக மதம் மாறிய பின்னரும் தன் சாதியைத் தக்க வைத்துக்கொள்ள நேரிடுகிறதா? என்பதே நீதிபதிகளின் முன் உள்ள அடிப்படையான கேள்வி என்ற முடிவுக்கு வந்தனர்.

இக்கேள்விக்கு விடை காணும் முயற்சியில் அவர்கள் கண்டுபிடித்த செய்திகளில் முக்கியமானவையாகப் பின்வருவன வற்றைக் குறிப்பிடலாம்.

- அட்டவணைச் சாதியினர் என்போர் இந்து சமயத்தின் பின்தங்கிய பிரிவாகும். தீண்டாமை நடைமுறையால் பாதிக்கப்பட்டவர்கள். இதை அரசியல் நிர்ணய சபை ஏற்றுக்கொண்டுள்ளது.
- தீண்டாமை என்ற இக்கொடிய நடைமுறை இந்து அல்லாத வேறு எந்தச் சமயத்தாலும் ஏற்றுக்கொள்ளப்பட வில்லை. எனவே இந்து அல்லாத எந்த அட்டவணைச் சாதியினர் மீதும் தீண்டாமை சுமத்தப்படுகிறது என்ற கேள்விக்கே இடமில்லை.
- இருந்தபோதிலும் சீக்கியச் சமயத்தைச் சார்ந்த மகாபிஸ், ராம்தாசிஸ், கபிர்பந்திஸ், சிக்கிலி கார்ஸ் என்ற நான்கு பிரிவினரும் தம்மை அட்டவணைச் சாதியில் இணைக்க வேண்டும் என்று வேண்டுகோள் விடுத்தனர். இந்நான்கு பிரிவினரும் அட்டவணைச் சாதியைச் சார்ந்த இந்துக்களாக இருந்து சீக்கியச் சமயத்தை தழுவியவர்கள் என்பதாலும், இந்து அட்டவணைச் சாதியினர் எதிர்கொள்ளும் தடைகளை

இவர்களும் எதிர்கொள்ளுகின்றனர் என்பதாலும், அவர்களது வேண்டுகோள் ஏற்றுக்கொள்ளப்பட்டு அட்டவணைச் சாதியினர் பட்டியலில் அவர்களுக்கு இடம் வழங்கப்பட்டது.

இதன்பொருட்டு அட்டவணைச் சாதியினர் தொடர்பான, 1950ஆம் ஆண்டு அரசியல் அமைப்புச் சட்ட ஆணை, 1956இல் திருத்தப்பட்டது.

இந்து மற்றும் சீக்கிய சமயங்களைச் சேர்ந்த அட்டவணைச் சாதியினர் பொருளாதார மற்றும் சமூகக் குறைபாடுகளுக்கு ஆளாவதுடன் பண்பாடு மற்றும் கல்வியிலும் பின்தங்கியிருந்தனர்.

இச்செய்திகளை எல்லாம் குறிப்பிட்டுவிட்டு, இறுதியாக, அட்டவணைச் சாதியினர் தொடர்பான 1950ஆம் ஆண்டு ஆணை கிறித்தவர்களுக்கு எதிராக, பாகுபாடு காட்டுகிறது என்ற கருத்துத் தொடர்பாகப் பின்வரும் கருத்தை நீதிபதிகள் முன்வைத்தனர்.

சமூக பொருளியல் குறைபாடுகளுக்கு ஆளாகி, பண் பாட்டிலும், கல்வியிலும் பின்தங்கிய நிலையில், கிறித்தவக் குழுமத்திற்குள் அட்டவணைச் சாதியினர் வாழ்கிறார்கள் என்பதும், இதைப் போக்குவதற்கு அரசியல் சட்ட விதிமுறை களின்படி அரசின் தலையீடு அவசியம் என்பதும் விளக்கப் பட்டிருக்க வேண்டும்.

கிறித்தவர்களாக மதம் மாறிய பின்னரும், அட்டவணைச் சாதி என்ற நிலை தொடர்கிறது என்பதை, மனுதாரர் இந் நீதிமன்றத்தின்முன் நிலைநிறுத்தவில்லை. எனவே மனுதாரரின் வாதம் எடுபடவில்லை என்று கூறி சூசையின் வழக்கைத் தள்ளுபடி செய்துவிட்டனர்.

அட்டவணைச் சாதியினர் என்ற வரையறைக்குள் வர, உச்சநீதிமன்றத்தால் அனுமதி மறுக்கப்பட்ட கத்தோலிக்கர்களின் நிலை கத்தோலிக்கத் திருச்சபைக்குள் எவ்வாறு உள்ளது? இக்கேள்விக்கு விடை காண முயன்றால் தனி நூலே எழுத முடியும். எனவே சில அடிப்படைச் செய்திகளை மட்டும் குறிப்பிடலாம்.

1. 65 விழுக்காடு மக்கள் தொகையைக் கொண்ட தமிழகக் கத்தோலிக்கத் தலித்துகளில் இருந்து 3.09% மட்டுமே குருக்களாக உள்ளனர்.
2. 80% தலித் கத்தோலிக்கர்களைக்கொண்ட புதுச்சேரி மறைமாவட்டத்தில் 10.18% தான் குருக்களாக உள்ளனர்.

3. பல மறைமாவட்டங்களில், ஆயரை அடுத்துள்ள விகார் ஜெனரல், பொருளாளர், கத்தோலிக்கப் பள்ளிகளின் கண்காணிப்பாளர், மறைமேய்ப்புப் பணி நிறுவனங்களின் இயக்குநர் போன்ற பதவிகள் தலித்துகளுக்கு வழங்கப் படுவதில்லை.

4. பல தேவாலயங்களில் தலித்துகளுக்குச் சம உரிமை வழங்கப்படவில்லை.

5. கோவில் திருவிழாக்களின்போது தலித்துகளிடம் வரி வாங்குவதில்லை.

6. சப்பரங்களும், தேர்களும் தலித்துகள் வாழும் தெருக் களுக்குள் நுழைவதில்லை.

7. 'வாசகம் வாசித்தல்' என்னும் பெயரில் வழிபாட்டின் போது, விவிலியத்தில் இருந்து ஒரு பகுதியை வாசிப்பது மரபு. ஆனால் தலித்துகள் வாசகம் வாசிக்கப் பல தேவாலயங்களில் தடை உள்ளது.

8. தேவாலயப் பாடகர் குழுவில் தலித்துகளைச் சேர்த்துக் கொள்ளுவது கிடையாது.

9. தலித்துகளுக்கென்றே தனிக் கல்லறைத் தோட்டம், பிணம் எடுத்துச் செல்லும் தூம்பா ஆகியன சில, தேவாலயங்களில் உள்ளன.

10. இறந்த தலித் கத்தோலிக்கர்களின் பிணத்தை, 'அடக்கப் பூசைக்காக', தேவாலயத்திற்குள் கொண்டுவர அனுமதிப் பதில்லை.

11. திருமணத்திற்காகத் தேவாலயத்திற்குள் வரும் தலித் மணமக்கள் பிரதான நுழைவாயில் வழியாக வரச் சில தேவாலயங்களில் தடை உள்ளது.

12. தேவாலயத்தில் நற்கருணை வழங்கும்போது, முதலில் மேட்டிமைச் சாதியினருக்கு வழங்கிய பின்னர்தான், இறுதியாகத் தலித்துகளுக்கு வழங்கப்படும்.

எல்லாவற்றிற்கும் மேலாகக் கத்தோலிக்கர் என்ற பொது அடையாளம் கத்தோலிக்கத்தில் இன்று உருவாகவில்லை என்றே கூற வேண்டும். வேளாளர், நாயுடு, நாடார், உடையார், வன்னியர், பரதவர், தேவர் என்ற சாதிய அடையாளங்கள்தான் உள்ளன. தலித்துகள் நீங்கலாக ஏனைய சாதியினருக்கு ஆதரவாகக் குரல் கொடுக்கக் கத்தோலிக்கத் திருச்சபைக்குள் அவ்வச்சாதி

யினருக்கென்று குருக்களும், திருச்சபை நிர்வாகிகளும் உள்ளனர். ஆனால் தலித்துகளுக்கென்று குரல் கொடுக்க வலுவான குழு எதுவும் இல்லை. ஒன்றிரண்டு தலித் குருக்களும் தலித் உட்சாதி வேறுபாடுகளுக்குள் சிக்கிக்கொள்கின்றனர்.

கத்தோலிக்கத் திருச்சபைத் தலைமை உருவாக்கும் சீர்திருத்தங் களைக்கூடச் சாதிக் கத்தோலிக்கர்கள் தமக்கு வாய்ப்பாகப் பயன்படுத்திக்கொள்ளுகின்றனர். சான்றாக, இரண்டாம் வத்திகான் சங்கம், உலகம் முழுவதிலும் கத்தோலிக்கத் தேவாலயங்களில் வழிபாட்டு மொழியாகப் பயன்பட்டு வந்த இலத்தின் மொழிக்கு மாற்றாக அந்தந்த நாடுகளின் மக்கள் பேசும் மொழியைப் பயன்படுத்தலாம் என்ற முடிவை எடுத்தது.

இதன் அடிப்படையில் தமிழ்நாட்டில் வாழும், தமிழைத் தங்குதடையின்றிப் பேசவும், படிக்கவும், எழுதவும் தெரிந்த தெலுங்கு பேசும் சாதியினர் தம் பகுதித் தேவாலயங்களில் பூசை மொழியாகத் தெலுங்கை ஏற்றுக்கொண்டுள்ளனர். அதன் அடிப்படையில் நாயுடு, ரெட்டியார் சமூகங்களைச் சார்ந்த வர்களே அங்குப் பாதிரியாராக வர முடியும். தலித் சமூகத்தைச் சார்ந்த அல்லது தலித் ஆதரவு நிலை எடுக்கும் வேறு சமூகப் பாதிரியார்கள் அங்குப் பணியாற்ற வர முடியாது.

இவ்வாறு கூறுவதால் சீர்திருத்தக் கிறித்தவச் சபை தீண்டாமைக்கு அப்பாற்பட்டு இருக்கிறது என்பது பொருளல்ல. சடங்கு அம்சங்கள் குறைவு என்பதால் கத்தோலிக்கம்போல் தீண்டாமை அங்கு வெளிப்படையாகத் தெரியவில்லை. வலைப் பின்னல்போல் ஏராளமான நிறுவனங்களைக் கொண்டுள்ள இவ்வமைப்பில், அதிகாரம் தலித்துகளிடம் பகிர்ந்தளிக்கப்பட வில்லை. மேலும் தலித் குருக்களும், ஜனநாயகம் மற்றும் மனித நேயச் சிந்தனை கொண்ட ஏனைய சாதிகளைச் சேர்ந்த ஒன்றிரண்டு குருக்களும் கத்தோலிக்கத் திருச்சபையில் எதிர்க் குரல் எழுப்புவது போன்று இங்கு எதிர்க்குரல் ஒலிக்கவில்லை. இதனால் பல உண்மைகள் வெளிவரவில்லை. ஆதிக்கச் சக்தி களுக்கிடையே அதிகாரப் பகிர்வு, சொத்து நிர்வாகம் போன்றவை தொடர்பான சிக்கல்கள் மட்டுமே அவ்வப்போது வெளியாகின்றன.

மறக்கப்பட்ட
கிறித்தவச் சிற்றிலக்கியம்

இந்திய மொழிகளின் வரலாற்றில் நாவல் இலக்கியம் உருவாவதற்கான முன்னோடியாக உரைநடை வளர்ச்சி அமைந்தது. தமிழும் இதற்கு விதிவிலக்கல்ல. உரைநடை என்ற வடிவம் தமிழ் மொழிக்குப் புதியதல்ல. சங்க இலக்கியச் செய்யுள்களின் இறுதியில் இடம்பெறும் குறிப்புகளும், இலக்கண இலக்கிய உரைகளும் உரை நடைக்குச் சான்று பகர்கின்றன. ஆனால் கதை வடிவிலான உரைநடை இலக்கியம் உருவாக அய்ரோப்பியர்களின் வருகை துணைபுரிந்துள்ளது. இதில் கிறித்தவத்தின் பங்களிப்பைப் புறக்கணிக்க இயலாது. ஒரு குறிப்பிட்ட கதையை உரைநடை வடிவில் கூற இந்தியமொழிகள் பலவற்றிற்கும் உறுதுணையாக இருந்த ஓர் ஆங்கில நூல் 'மோட்சப்பயணம்' *(Pilgrims Progress)* என்ற நூலாகும்.

மோட்சப்பயணம்

இந்நூலின் ஆசிரியர் இங்கிலாந்தைச் சேர்ந்த ஜான்பனியன் (1628 – 1688) என்பவராவார். ஜான்பனியன் இங்கிலாந்தின் ஏழைக்குடும்பம் ஒன்றில் பிறந்தவர். அந்நாட்டில் பாராளுமன்ற உரிமைகளுக்காக நடந்த உள்நாட்டுப் போரில் பங்கேற்றவர். சுயேச்சைத் திருச் சபையொன்றில் சேர்ந்து அதன் உபதேசியாராகவும் விளங்கினார். 1660 முதல் 1672 வரையிலான காலத்தில் அவர் சிறையில் இருந்தார். சிறை வாழ்க்கையிலும்

விடுதலையான பின்னரும் தமது சுயசரிதையையும் வேறு சில நூற்களையும் எழுதினார்.

இவரை உலகறியச் செய்தது மோட்சப்பயணம் *(Pilgrims Progress)* என்ற நூலாகும். இதன் முதற்பகுதியைத் தம் சிறை வாழ்க்கையில் எழுதினார். இது *1672*இல் வெளியானது. இரண்டாம் பகுதி *1684*இல் வெளியானது.

இந்திய மொழிகளில் மோட்சப் பயணம்

கிறித்தவப் பரப்பலில் ஈடுபட்ட அய்ரோப்பிய மறைப் பணியாளர்கள், கதை வடிவில் அச்சமய உண்மையைப் போதித்தால் அது மக்களை எளிதில் சென்றடையும் என்று நம்பினர். இந்நம்பிக்கையின் அடிப்படையில் மோட்சப்பயண நூலை உரைநடையில் மொழிபெயர்த்தனர். இந்தியாவின் பல்வேறு பகுதிகளிலும் இந்நூலின் மொழிபெயர்ப்பு வெளிவந்ததாகக் குறிப்பிடும் மீனாட்சி முகர்ஜி *(2010:21)* அது தொடர்பாகப் பின்வரும் செய்திகளைத் தொகுத்தளித்துள்ளார்.

*1793*ஆம் ஆண்டு தமிழிலும் *1841*இல் கன்னடத்திலும் *1845*இல் மலையாளத்திலும் மோட்சப்பயணத்தின் மொழி பெயர்ப்புகள் வெளியாகியுள்ளன. *1830*இல் தொடங்கப்பட்ட அருணோதயா என்ற அஸ்ஸாமிய மொழி இதழில் ‘யாத்திரைக் காரர் யார்த்திரா’ என்ற தலைப்பில் தொடராக வெளிவந்துள்ளது. *1857*இல் வெளியான மராத்திய மொழியின் தொடக்ககால நாவலான ‘யமுனா பரியாதன்’ என்ற நாவலின் உருவாக்கத்திற்கு ‘யாத்திரக் கிராமன்’ என்ற பெயரில் வெளியான, மோட்சப் பயணம் நூலின் மராத்தி மொழிபெயர்ப்பு, தூண்டுதலாக அமைந்துள்ளது. (மேலது).

தமிழில் மோட்சப் பயணம்

இந்நூலுக்குப் பல மொழிபெயர்ப்புகள் தமிழில் வந்திருந் தாலும் சாமுவேல் பால் ஐயர் என்பவரது மொழிபெயர்ப்பே சிறந்தது என்பது கு.அருணாசலக் கவுண்டரது கருத்து. *1887*இல் ‘முத்திவழி அம்மானை’ என்ற பெயரில் சாமுவேல் பால் ஐயரின் மொழிபெயர்ப்பை அடிப்படையாகக் கொண்டு அம்மானை வடிவிலான நூல் ஒன்று வெளியாகி உள்ளது. *1887*இல் நூலாசிரியரான சுவிகரனார் இந்நூலை அச்சிட்டு வெளியிட்ட பின்னர் *1983*இல்தான் இதன் மறுபதிப்பு வெளியாகி யுள்ளது. கு.அருணாசலக் கவுண்டரைப் பதிப்பாசிரியராகக் கொண்டு வெளியான இந்நூலே இக்கட்டுரைக்கு அடிப்படையாய் அமைந்துள்ளது.

நூலாசிரியர்

சீர்திருத்தக் கிறித்தவத்தின் தொட்டில் என்று கருதப்படும் திருநெல்வேலி மாவட்டத்தில்தான் இந்நூல் உருவாகியுள்ளது. நூலின் பாயிரத்தில்,

பட்சமுடன் அம்மானைப் பாவினில் இசைத்தேன் இப்புவியில்
தெட்சணா பூமியிலே திருநெல்வேலி நாட்டில்
ஆழ்வார் தோப்பு என்ற அழகான நன்னகரில்
வாழ்தமிழ் நாடனது வமிசத்திலே உதித்தோன்
வேறு முகமான விக்கிரகப் பக்தி கொண்ட
ஆறுமுகநாடன் அருமைமகனாய் உதித்த
ராமலிங்க நாடன் இந்த நாட்டில் வசிக்கையிலே
சாமுவேல் அண்ணாவி தன்னுபதேசம் கேட்டு
பொய்யான மார்க்கம்விட்டுப் பொன்நாடு அடைவதற்காய்
மெய்யான ரட்சகரை விசுவாச மாய்ச்சேர்ந்து
ராசேந்திரன் எனவே ஞானமதில் பேரு பெற்றோன்
வாசமுடன் பெற்றெடுத்த மைந்தன் சுவீகரன்தான்
பண் ஊறும் ஆதி பரன் அருளால் ஆயிரத்தி
எண்ணூற்றுக்கு அப்பாலும் எண்பத்தேழாம் வருடம்
அத்தன் கிறிஸ்திங்கு அவதரித்த மாதமதில்
பக்தியுடன் அம்மானை பாடலுற்றான் இந்நூலை

என்று நூலாசிரியர் தன்னைப்பற்றிக் குறிப்பிட்டுள்ளார். அக்காலத்தில் கிறித்தவராக மதம் மாறுபவர் அடைந்த இன்னல்களை இவரும் அடைந்ததையும் ஆயராக (பிஷப்) இருந்த எட்வர்ட் சார்ஜெண்ட் அய்யரது அரவணைப்பு இவருக்குக் கிட்டியதையும் நூலின் 'வாழ்த்து' என்ற பகுதியில்,

சைவ சமயத்தில் தான் இருந்து நான்விலகி
ஐயன் கிறிஸ்தின் அடிபுகுந்த காலமதில்
மாதா பிதாவாலும் மற்றும் இனத் தாராலும்
தீதணுகா தென்னை தினம்ஆ தரவருளி
பெற்றபிள்ளை போலே பிரியமுடன் பார்த்துவந்த
அத்தியட்சர், ஈசார்சென் றையர் மிகவாழி!
மாபிரியமா யெனக்கு மற்றுதனிற் தீட்சைதந்த
ஆபிரகாம். சே ஈசாக் கையர்மிக வேவாழி!

என்று குறிப்பிட்டுள்ளார். நூலின் முகப்புரையில் மிகவும் தன்னடக்கமாக,

பேராசை கொண்டு பிதற்றினதே அல்லாமல்
சீராகக் கல்வி தெரியாது எனக்கிதுமெய்
ஆனாலும் என்பேரில் அன்புவைத்தோ னைப்புகழ்ந்து

ஞானோபதேசமெனும் நல்லமலர்ச் சோலையிலே
ஈசன் அருள் நீர் பாய்ந் தெழுமலர்களைச் சேர்த்து
வாசமுள்ள முத்திவழி மாலைஎன வேதொடுத்து

என்று பாடியுள்ளார். நூலின் பயன் குறித்து,

துன்பம் துயரம் உற்றோர் சூழ்ந்திருந்தே இந்நூலை
இன்பமுடன் கேட்டால் இதயம் தெளிவாகும்.

என்று ஆசிரியர் கூறுவதால் இந்நூலை ஒருவர் உரக்கப் படிக்க அவரைச்சுற்றி அமர்ந்து ஏனையோர் கேட்கும் வகையில் எழுதியுள்ளார் என்பது புலனாகிறது. மேலும்,

மாண்டவனுக் காகமனத்துயரம் கொண்டிருப்போர்
பூண்டதுயர் அத்தனையும் போக்கிடும் பாவனைபோல்
வைகுண்ட அம்மானை வாசிப்பார் கண்டிருப்பேன்
மெய்கண்டு அறியாத வீணான மானிடர்கள்
பாடுவதி னாலே பயன்ஏதும் கிட்டிடுமோ
வீடுபெறும் சித்தி விதம் அறிய மாட்டுவரோ

என்று நூற்பயன் குறித்துக் கூறும்போது குறிப்பிடுகிறார். இதனால் 'வைகுண்ட அம்மானை' போன்ற நூல்வாசிப்புக்கு மாற்றாக ஒரு நூலை, புதிய கிறித்தவர்களுக்காக இயற்றுவதும் இவரது நோக்கம் என்று தெரியவருகிறது.

மூலநூலில் இல்லாத பகுதிகளை அவர் கூறும்போது, அவற்றை வேறுபடுத்திக் காட்டும் வகையில் அடைப்புக் குறிக்குள் குறிப்பிட்டுள்ளார். மொழிபெயர்ப்பாளரின் நேர்மையை இது உணர்த்துகிறது. தற்போது அருணாசலக் கவுண்டர் பதிப்பில் இப்பகுதிகள் அடிக்குறிப்புகளாக இடம்பெற்றுள்ளன. தன் துயரைப் பிறர் அறியாமல் மறைக்கும் மனிதனின் செயலை சாமுவேல் பாலின் மொழிபெயர்ப்பைத் தழுவி,

வீட்டில் அவன் தந்துயரை வேறொருவர் காணாமல்
தாட்டிகனும் தன்முகத்தைத் தான்துடைத்து நன்றாக
மனக்கவலை சற்றும் இல்லா மலர்முகத்தைப் போலாக்கித்
தனக்குரிய வீடுதனில் தான்புகுந்தான் அம்மானை
வீட்டிற் புகுந்து வெகுநேரம் தன்துயரைக்
காட்டாமல் தன்னுடைய கருத்தில் அடக்கி வைத்தான்
நிழலைக் குழிதோண்டி நிலத்தில் புதைக்க என்று
முழுநாளும் தானே முயலும் ஒரு மானிடன் போல்
அடக்கி வைத்துப் பார்த்தாலும் அவனுடைய மெய்விசனம்
மடக்கி வைக்கக் கூடாமல் வந்தபொங்கு மாம்மனதில்

என்று பாடும் ஆசிரியர் தன் கூற்றாக,

புதுப்பானை தன்னில் புளித்தமது தன்னைவைத்து
மதுப்பானைத் தூரில் அனல் வைத்தெரித்தால்
பொங்குதல்போல்
பாவி மனதில் படிந்தமது ஆனபவம்*
ஆவி அனல் பற்றிவிட்டால் அங்கிருந்து பொங்காதோ

என்று பாடியுள்ளார்.

'பழுத்த பழங்கொம்பிருக்கப் பசுங்காய் அருந்துதல் போல்'

'ஏட்டில் சுரைக்காய் என்று எழுதியுமே வைத்திருந்தால்
வீட்டில் கறிசமைத்து விருந்துக்கு உதவாது'

'சொன்னதெல்லாம் விட்டுச் சுரணைகெட்ட மாடது போல்'

என மண் சார்ந்த உவமைகளும், பழமொழிகளும், செறிவான எளிய நடையும், வர்ணனையும் இந்நூலின் சிறப்பியல்புகளாக அமைந்துள்ளன.

இரட்சண்ய யாத்திரிகம்

முத்திவழி அம்மானை வெளியாகி, கிட்டத்தட்ட ஏழு ஆண்டுகள் கழித்து எச்.ஏ.கிருஷ்ணபிள்ளை என்பவர் 'இரட்சண்ய யாத்திரிகம்' என்ற பெயரில் காப்பிய வடிவில் நூலொன்றை 1894இல் வெளியிட்டார். இந்நூலும் ஜான்பனியனின் மோட்சப் பயணத்தைத் தழுவியே எழுதப்பட்டது.

கிருட்டிணபிள்ளை வைணவ வேளாளர் குடும்பத்தைச் சேர்ந்தவர். 1858ஆம் ஆண்டில் கிறித்தவராக மாறினார். திருநெல்வேலி மாவட்டத்தில் சீர்திருத்தக் கிறித்தவத் திருச்சபையினர் உருவாக்கிய பள்ளிகளில் தமிழாசிரியராகப் பணியாற்றியவர். தமிழ் ஆசிரியர் என்ற முறையில் கம்பராமாயணத்தை ஊன்றிப் படித்துள்ளார். கிறித்தவராக மதம் மாறும் முன்னர் வைணவராக இருந்தமை யால் கம்பராமாயணத்தின் மீது ஈர்ப்பும் ஈடுபாடும் இருந்திருக்க வாய்ப்புள்ளது. எனவே மோட்சப்பயண நூலை ஒரு காப்பியமாக உருவாக்க முடிவு செய்தபோது அது கம்பராமாயணத்தைப் போல் அமைய வேண்டும் என்று விரும்பியுள்ளார். இது குறித்து இரட்சண்ய யாத்திரிகத்தின் முன்னுரையில்,

> இந்நூலின் செய்யுள் பெரும்பாலும் கம்பராமாயணச் செய்யுள் நடையையும், அதன் போக்கையும் அனுசரித்தே இயன்ற மாத்திரம் அமைக்கப்பட்டது. ஏனெனில் கம்ப ராமாயணமொன்றே கற்றோர் எவரும் வியந்து புகழ்ந்து

---

* பவம் – பாவம்

> மெச்சத்தக்கது. 'கம்பநாடன் கவிதையைப் போல் கற்றோர்க்கு இதயங்களியாதே' என்பது உண்மை மொழியன்றோ.

என்று எழுதியுள்ளமை நினைவில் கொள்ளத்தக்கது. தமிழ்நாட்டின் முக்கியச் சமயங்களான சைவமும் வைணவமும் செவ்விலக்கியத் தன்மை கொண்ட பக்திப் பனுவல்களையும், காப்பியங்களையும் கொண்டிருந்தன. கத்தோலிக்கம் 'தேம்பாவணி' என்ற காப்பியத்தையும், இஸ்லாம் 'சீறாப்புராணம்' என்ற காப்பியத்தையும் கொண்டிருந்த நிலையில் சீர்திருத்தக் கிறித்தவத் திருச்சபை தன் பங்கிற்கு ஒரு காப்பியத்தை எதிர்நோக்கியிருந் திருக்கும் என்பதில் ஐயமில்லை. இவ்வெதிர்பார்ப்பைக் கிருஷ்ணபிள்ளையின் இரட்சண்ய யாத்திரிகம் நிறைவுசெய்து விட்டது. சமய எல்லையைத் தாண்டி இலக்கியத்தைக் கற்க விரும்புவோரை நிறைவு செய்யும் தன்மை அதற்கிருந்தது. இதனால் கிறித்தவச் சமய எல்லையைத் தாண்டி இரட்சணிய யாத்திரிகம் ஓரளவுக்கு அறிமுகமானது. 'கிறித்தவக் கம்பன்' என்ற அடைமொழியால் கிருஷ்ணபிள்ளை அழைக்கப்பட்டார். அவரது மேட்டிமைச் சாதி அடையாளமும் இதில் பங்கு வகித்தது. ஆனால் அடித்தள மக்களிடம் இக்காப்பியம் எவ்விதப் பாதிப்பையும் ஏற்படுத்தவில்லை.

சுடலைமாடன் கதை, கர்ணன் மோட்சம், அல்லியரசாணி கதை, சித்திபுத்திர நயினார் கதை ஆகியனவற்றை ஒருவர் வாய்விட்டு இராகத்துடன் படிக்க அதை எழுதப் படிக்கத் தெரியாதோர் கேட்டு மகிழும் போக்கு அடித்தள மக்களின் பண்பாட்டில் இருந்த நிலையில் கிறித்தவர்களிடம் இத்தகைய அம்மானை இலக்கியங்கள் அதை ஈடுசெய்துள்ளன.

இவ்வகையில் தொடக்க காலக் கிறித்தவத்தின் பரவலில் முத்திவழி அம்மானையின் பங்களிப்பு குறிப்பிடத் தகுந்த அளவில் இருந்துள்ளது.

நாட்டார் இலக்கிய மரபை ஏளனமாகப் பார்க்கும் மன நிலையைக் கற்றறிந்த சீர்திருத்தக் கிறித்தவர்களிடம் மறைப்பணி யாளர்கள் உருவாக்கியிருந்தனர். ஆங்கிலக் காலனியத் தாக்கம் மறைப்பணியாளர்களிடமும் இருந்தது. இதனால் இத்தகைய சிறப்பு வாய்ந்த இந்நூல் கிறித்தவர்களிடையே காலப்போக்கில் வழக்கொழிந்து போனது. முத்தி வழி அம்மானை மறக்கப் பட்டமைக்கு இரட்சணிய யாத்திரிகத்தின் வரவும் ஒரு காரணம் என்று கருதலாம்.

கிறித்தவச் சமய ஓலைச்சுவடிகள்

இக்கட்டுரையின் தலைப்பு சிலருக்கு வியப்பை அளிக்கலாம். சிலருக்கு எரிச்சலூட்டலாம்.

அய்ரோப்பாவிலிருந்து இங்குப் பரவிய ஒரு சமயம், பதினாறாம் நூற்றாண்டிலேயே நூல் அச்சாக்கத்தைத் தமிழ் மொழியில் தொடங்கி வைத்த சமயம், எந்த அளவு ஓலைச் சுவடிகளுடன் தொடர்பு கொண்டிருக்கும் என்பது வியப்பிற்கான காரணமாகலாம்.

ஓலைச்சுவடிகளைக் கூட சமய அடிப்படையில், கிறித்தவம், இஸ்லாம் எனப் பாகுபடுத்துவது தேவைதானா? என்பது எரிச்சலுக்கான காரணமாக அமையலாம்.

ஓலைச்சுவடிகளின் உள்ளடக்கத்தின் அடிப்படையிலும், இன்றைய தமிழ்ச் சமூகத்திற்கு அவை எவ்விதம் உதவும் என்று கண்டறிவதற்குத் துணைபுரியும் என்பதன் அடிப்படையிலும் தான் இவ்வாறு சமய அடிப்படையில் பாகுபடுத்தப்பட்டுள்ளது. மற்றபடி சமயம் சார்ந்த சிந்தனையின் அடிப்படையில் கட்டுரையின் தலைப்பு அமையவில்லை. இத்தலைப்பிற்குள் நுழையும் முன்னர் தமிழ்நாட்டில் கிறித்தவத்தின் பரவல் குறித்த சில அடிப்படைச் செய்திகளைச் சுருக்கமாக அறிந்துகொள்வது அவசியமாகிறது.

தமிழ்நாட்டில் கிறித்தவம்

*16*ஆம் நூற்றாண்டில் *1533* அல்லது *1536* வாக்கில் கத்தோலிக்கக் கிறித்தவம் போர்ச்சுகீசியர்களின் துணையுடன் முத்துக் குளித்துறை என்றழைக்கப்பட்ட தென்தமிழ்நாட்டின் கடற்கரைப் பகுதியில் பரவியது.

*17*ஆம் நூற்றாண்டில் டச்சுக்காரர்களால் தமிழ்நாட்டின் கடற்கரை நகரங்களாகிய பழவேற்காடு, நாகப்பட்டினம், தூத்துக்குடி ஆகிய இடங்களில் சீர்திருத்தக் கிறித்தவம் அறிமுகம் செய்யப்பட்டது. ஆயினும் குறிப்பிட்டுச் சொல்லத் தக்க அளவில் இதன் தாக்கம் இருக்கவில்லை.

*19*ஆம் நூற்றாண்டிலிருந்துதான் ஆங்கிலக் கிழக்கிந்தியக் கம்பெனியின் ஆட்சியில் சீர்திருத்தக் கிறித்தவம் தமிழ்நாடெங்கிலும் பரவலாக அறிமுகமாகத் தொடங்கியது. அதிலும் கன்னியாகுமரி, திருநெல்வேலி, தூத்துக்குடி, வேலூர் ஆகிய மாவட்டங்களில் இதன் பரவல் குறிப்பிட்டுச் சொல்லுமளவுக்கு இருந்தது.

*1578*ஆம் ஆண்டில் *16* பக்கங்களைக் கொண்ட 'தம்பிரான் வணக்கம்' என்ற சிறு நூலும் *1579*ஆம் ஆண்டில் 'கிரிசித்தியானி வணக்கம்' என்ற *119* பக்கங்களைக் கொண்ட நூலும் முறையே கொல்லத்திலும், கொச்சியிலும் அச்சிடப்பட்டன. *1586*ஆம் ஆண்டில் 'அடியார் வரலாறு' என்ற *600* பக்க அளவிலான நூல் புன்னைக்காயலில் அச்சிடப்பட்டது. தமிழ்நாட்டு எல்லைக்குள் அச்சாக்கப் பணி முதல் முறையாகப் புன்னைக் காயல் என்ற

கடற்கரைச் சிற்றூரில்தான் தொடங்கியது. இத்தொடக்கக்கால முயற்சிகள் கத்தோலிக்கத் திருச்சபையால் தொடங்கப்பட்டன.

கத்தோலிக்கர்களையடுத்து வந்த சீர்திருத்தக் கிறித்தவச் சபை தன் அச்சாக்க முயற்சியை 1715ஆம் ஆண்டில் தரங்கம்பாடியில் தொடங்கியது. 'அஞ்சுவேதப் பொத்தகம்' என்ற பெயரில் விவிலியத்தின் சில பகுதிகள் அச்சிடப்பட்டன. சமய எல்லையைத் தாண்டித் தொடக்கக் கல்வி பயிலும் மாணவர்களுக்கான பாட நூல்களும் இங்கு அச்சாயின.

அச்சாக்க முயற்சிக்கு முந்தைய நிலை

இவ்வாறு அச்சாக்கம் என்ற தொழில்நுட்பத்தைத் தமிழ் மொழியில் முதல் முறையாக அறிமுகப்படுத்திய கிறித்தவம், அதற்கு முன்னர் தன் சமயப் பரப்பல் முயற்சியில் ஓலைச்சுவடிகளையே பயன்படுத்தி வந்தது. இவ்வாறு அது பயன்படுத்திய ஓலைச்சுவடிகளை அவற்றின் உள்ளடக்கத்தின் அடிப்படையில் பின்வருமாறு பகுக்கலாம்:

1. சிற்றிலக்கியங்கள்
2. கதைப்பாடல்கள்
3. நாடகம்
4. விவிலிய மொழிபெயர்ப்பு
5. மறையுரை
6. மறைப்பணியாளர்களின் (மிஷனரிகள்) அலுவல் தொடர்பான குறிப்புகள்.
7. மறைப்பணியாளர்களின் (மிஷனரிகள்) தனிப்பட்ட குறிப்புகள்.
8. வழிபாட்டுப் பாடல்கள்.

இவை அய்ரோப்பிய மறைப் பணியாளர்களாலும் கிறித்தவத் தைத் தழுவிய தமிழ்க் கிறித்தவர்களாலும் அவ்வப்போது எழுதப்பட்டன. அச்சாக்கம் அறிமுகமான பின்னர் இவற்றுள் சில அச்சு வடிவம் பெறாது மறைந்து போயின. சில இன்றளவும் அய்ரோப்பிய நாடுகளில் உள்ள நூலகங்களிலும் ஆவணக் காப்பகங்களிலும் இடம்பெற்றுள்ளன. கிறித்தவத் தேவாலயங்களிலும், தனிப்பட்டோரிடமும் சில சுவடிகள் இன்றுவரை பாதுகாப்பாயுள்ளன. சிலர் தம்வசம் இருந்த ஓலைச்சுவடிகளைக் காகிதப் பனுவல்களாக மாற்றியுள்ளனர்.

இப்பனுவல்களின் இறுதியில் ஓலைச் சுவடியிலிருந்து எடுத்தெழுதியது என்ற குறிப்பு இடம்பெற்றுள்ளது.

இச்சுவடிகளைப் பயன்பாட்டின் அடிப்படையில் பின் வருமாறு பகுக்கலாம்.

1. சமய ஆய்வுக்கு மட்டும் துணைபுரிபவை.
2. தமிழ்மொழியின் இலக்கியம்–இலக்கணம், உரைநடை, அரங்கக் கலை, நாட்டார் வழக்காறு ஆகியன குறித்து அறியவும், ஆராயவும் துணை நிற்பவை.
3. தமிழ்நாட்டின் சமூகவியல், வரலாறு ஆகியனவற்றை எழுதத் துணை நிற்பவை.

இப்பயன்பாடுகளுக்குரிய சுவடிகள் குறித்து இனிக் காண்போம்.

சிற்றிலக்கியங்கள்

கிறித்தவச் சிற்றிலக்கியங்களைப் பொறுத்த அளவில் மூவகையான உள்ளடக்கங்கள் இடம்பெற்றுள்ளன. முதலாவது யேசுவின் பிறப்பு, போதனைகள், மரணம், உயிர்த்தெழல் ஆகியனவற்றை மையமாகக்கொண்டு உருவானவை. இரண்டாவது, கிறித்தவனான ஒருவனைப் பாட்டுடைத் தலைவனாகக் கொண்டு உருப்பெற்றவை. மூன்றாவது கிறித்தவச் சமயம் சார்ந்த புனிதர்கள் வரலாற்றைக் கூறுவன. இவற்றில் அவர்களின் கிறித்தவப் பற்று, அதன் அடிப்படையில் எதிர்கொண்ட இடை யூறுகள், நிகழ்த்திய அற்புதங்கள் ஆகியன இடம்பெறும். இம் மூன்றாவது வகையிலான சிற்றிலக்கியங்கள் மிகப் பெரும்பாலும் கத்தோலிக்கம் சார்ந்தேயுள்ளன. கிறித்தவத்திற்காகத் தம் உயிரை நீத்தோர் வேதசாட்சிகள் *(martyr)* எனப்படுவர். இவர்களை மையமாகக் கொண்டும் சிற்றிலக்கியங்கள் உருவாகியுள்ளன. இவற்றையும் மூன்றாவது பிரிவில் அடக்கலாம்.

கதைப்பாடல்கள்

நிகழ்த்து கலைகளாக நிகழ்த்தப்படும் வில்லுப்பாட்டு, கணியான் ஆட்டம், உடுக்கைப் பாட்டு ஆகியனவற்றில் பயன்படுத்துவதற்காகக் கதைப்பாடல்கள் நாட்டார் கவிஞர்களால் உருவாக்கப்பட்டு வந்தன. இச்சூழலில் கிறித்தவம் பரவியபோது, கிறித்தவர்களும் இதுபோன்ற கதைப்பாடல்களை உருவாக்கி யுள்ளனர். விவிலியச் செய்திகளையும், புனிதர், வேதசாட்சி ஆகியோரை மையமாகக் கொண்டும் இக்கதைப் பாடல்கள் உருவாகியுள்ளன.

நாடகம்

தமிழ்நாடு தனக்கென ஓர் அரங்கக் கலையைக் கொண்டிருந்தது. சிலப்பதிகார உரையாசிரியர் அடியார்க்கு நல்லார் அரங்கேற்றுக் காதைக்கு எழுதிய உரைச் செய்திகள் அரங்கம் தொடர்பான, பல நுட்பமான செய்திகளைக் கூறுகின்றன. தமிழ் அரங்கக் கலையானது பார்சி நாடகக் குழுவின் தாக்கத்தால் முற்றிலும் அழிந்துபோன நிலையில் தெருக்கூத்து மரபு தமிழ் அரங்கக் கூறுகளை ஓரளவுக்குத் தன்னகத்தே கொண்டுள்ளது. தெருக்கூத்து மரபு மட்டுமின்றி கத்தோலிக்க அரங்கமும் தமிழ் அரங்கக் கூறுகளைப் பாதுகாத்து வந்துள்ளது. கூத்து அடவுகள் கத்தோலிக்க அரங்கக்கலையில் முக்கியத்துவம் பெற்றிருந்தன. இவற்றில் பயிற்சி பெற்ற அண்ணாவிகள் மறைந்து போனமையாலும் தொடக்கத்தில் தமிழ்க் கத்தோலிக்க அரங்கத்தை முதன் முதலாக உருவாக்கிய சேசு சபையினர், மட்டுமீறிய கட்டுப்பாடுகளைப் பின்னர் விதித்தும், சமயச் சடங்குகளுடன் ஒன்றியிருந்த அரங்கத்தைச் சடங்கிலிருந்து துண்டித்தும் கத்தோலிக்க அரங்கின் மறைவிற்குக் காரணமாயினர்.

ஆயினும் நாடகப் பனுவல்கள் ஓலைச்சுவடி வடிவில் இன்றும் கிட்டுகின்றன. தமிழர்களின் பாரம்பரிய அரங்கத்தை மீட்டுருவாக்கம் செய்ய இவை துணைபுரியும் தன்மையன.

மறையுரை

கிறித்தவத் தேவாலய வழிபாட்டில் ஒரு முக்கியக் கூறாக அமைவது குருக்களும், போதகர்களும் நிகழ்த்தும் மறையுரையாகும். கிறித்தவம் தமிழ்நாட்டில் பரவிய தொடக்ககாலத்தில் அய்ரோப்பிய குருக்களே மறைப் பணியாற்றி வந்தனர். சரளமாகத் தமிழில் மறையுரையாற்ற முடியாத நிலையில் அதை உரைநடை வடிவில் ஓலையில் எழுதிப் படித்துள்ளனர்.

சின்ன சவேரியார் என்றழைக்கப்பட்ட பிரான்ஸ் நாட்டு சேசு சபைத்துறவி, ஞாயிறு தொடங்கி சனி முடிய ஏழு நாட்களுக்கும் 'ஞாயிற்றுக்கிழமைப் புதுமை', 'திங்கள்கிழமைப் புதுமை' (புதுமை: அற்புதம்) என்ற தலைப்பிட்டுத் தனித்தனி ஓலைச்சுவடிகளை எழுதி வைத்துள்ளார். கத்தோலிக்கர்களின் அன்றாடச் சமய வாழ்வில் இச்சுவடிகள் பெரிதும் செல்வாக்குச் செலுத்தியுள்ளன. பின்னர் இச்சுவடிகள் அச்சு வடிவம் பெற்றன.

மறைத்தள ஆவணங்கள்

ஒரு நிறுவனச் சமயம் என்ற முறையில் கிறித்தவச் சமயம், தனக்கெனத் தனியான நிர்வாக அமைப்பைக் கொண்டிருந்தது.

இந்நிறுவனப் பணியாளர்களும் மறைப்பணியாளர்களும் அன்றாட நிர்வாகம் தொடர்பான அலுவலகப் பதிவுகளையும், கடிதங்களையும் எழுத, தொடக்கத்தில் ஓலைச்சுவடிகளைப் பயன்படுத்தியுள்ளனர். இவையெல்லாம் செய்யுள் வடிவிலின்றி உரைநடையில் எழுதப்பட்டன என்பது கவனிக்க வேண்டிய ஒன்று.

இத்தகைய ஆவணங்கள் அவை உருவான காலத்திய சமூக வரலாற்றுச் செய்திகளைக் கொண்டுள்ளன. புதிய கிறித்தவர்களுக்கும் மதத் தலைமைக்கும் இடையிலான உறவுநிலை, வழக்குகள் – தீர்ப்புகள் மறைப்பணியாளர்களின் பணிமுறை, பணியில் அவர்கள் எதிர்கொண்ட சிக்கல்கள், உடன்படிக்கைகள், ஒரு குறிப்பிட்ட தேவாலயம் உருவான வரலாறு ஆகியனவற்றை மறைத்தள ஆவணங்கள் பதிவு செய்துள்ளன. இதனடிப்படையில், சமயம் சார்ந்து நிற்கும் இத்தகைய ஆவணங்கள் எவ்வகையில் தமிழ்ச் சமூக வரலாற்றிற்கு உதவும் என்ற வினா எழுவது இயற்கையே.

சமயம் என்பது சமூக நிறுவனங்களுள் ஒன்று என்பதன் அடிப்படையில் சமய ஆவணங்களுக்குள் சமூகச் செய்திகள் புதைந்துள்ளன. இதற்குச் சான்றாகச் சில செய்திகளைக் குறிப்பிடலாம்.

கிறித்தவர்களாக மதம் மாறியவர்கள் தம் பிறவி அடையாளங் களில் ஒன்றான மதத்தைத் துறந்தார்களே தவிர, சாதியைத் துறக்கவில்லை. இதனால் சாதியை மையமாகக் கொண்ட சிக்கல்கள் கிறித்தவத்தில் உருவாயின. இது தொடர்பாக நீதி மன்றத்தில் வழக்குகளும் நிகழ்ந்தன. வழக்குகளில் தம் தரப்புச் சான்றுகளாகச் சில போழ்து ஓலைச்சுவடிகளையும் தாக்கல் செய்துள்ளனர். இச்சுவடிகள் சாதிய மேலாண்மை தொடர்பான செய்திகளைப் பதிவு செய்துள்ளன. ஒரு குறிப்பிட்ட காலத்தில் சாதிகளுக்கிடையே நிலவிய உறவு நிலையை இவை வாயிலாக அறிய முடிகிறது.

தேவாலயத்தின் செலவுகளுக்காக வாங்கப்பட்ட வரி விவரங்கள் எழுதப்பட்ட ஓலைச்சுவடிகளும் இருந்துள்ளன. பணமாக மட்டுமின்றித் தானியமாகவும், காய்கனிகளாகவும் கூட வரி செலுத்தியுள்ளனர். இச்செய்திகளைக் கூறும் கோவில் கணக்கு ஓலைகள், அவை செலுத்தப்பட்ட காலத்தைய, பொருளாதார நிலையை அறியத் துணை புரியும்.

இன்றைய திருநெல்வேலி மாவட்டத்தின் தென் கிழக்கிலுள்ள வடக்கன்குளம் என்ற ஊரில் அவ்வூரிலுள்ள கத்தோலிக்கத் தேவாலயத்தை மையமாகக் கொண்டு வெள்ளாளர்களுக்கும்

நாடார்களுக்கும் இடையில் 1910 ஆம் ஆண்டில் வழக்கு நிகழ்ந்தது. இவ்வழக்கில் வெள்ளாளர்கள் தம் தரப்பிற்குச் சான்றாக நீதிமன்றத்தில் அளித்த ஆவணங்கள் பட்டியலில், 1030 முதல் 1055 வரையிலான தமிழ் வருடத்தில் எழுதப்பட்ட பின்வரும் ஓலைகளும் குறிக்கப்பட்டுள்ளன. (சிவசுப்பிரமணியன். ஆ; 2006 : 153).

1. கி.சவேரிமுத்துப் பிள்ளையால் கோவிலுக்குக் கொடுத்த வரியின் விவர மடங்கிய ஓலைக்கணக்கு.
2. வடக்கன்குள உபதேசியார் சவேரிமுத்துப் பிள்ளையால் எழுதப்பட்ட அவருடைய குடும்ப சரித்திரம். கோவில் வரியின் விவரமடங்கிய ஓலைச்சுவடி.

சீர்திருத்தக் கிறித்தவத்தில் போதகர்களுக்கு உதவ உபதேசியார் (catechist) பதவி உருவாக்கப்பட்டிருந்தது. உபதேசியார்களைக் கண்காணிக்க விசாரணை உபதேசி என்ற பதவியுண்டு. இப் பதவியை வகித்த சவரிமுத்துப் பிள்ளையென்பவர் தனக்குக் கீழ் பணியாற்றிய உபதேசியார்களுக்கு 1842ஆம் ஆண்டு ஆகஸ்ட் எட்டாம் நாள் எழுதியனுப்பிய கட்டளையின் இறுதிப் பகுதியில்,

> ...அவரவர்களுக்குத் தங்கள் தினசரி ரிப்போர்ட்டாகப் பொஸ்தமாகச் சேர்க்கப்பட்ட ஒரு ஓலை ஏட்டிலெழுதி வாரத்தின் கடைசி நாளாகிய சனிக்கிழமை தங்கள் ஓலையுடனே தங்கள் சபையை விசாரிக்கிற விசாரணை உபதேசியார் வசம் சேரப் பண்ண வேண்டும்.

என்று குறிப்பிட்டுள்ளார் (யோவான் தேவசகாயம் 1899 : 16). சவரிராயன் என்ற உபதேசியார் குறித்து அவரது மகன் யோவான் தேவசகாயம் (மேலது : 18)

> ஐயாவுக்குக் காகிதத்தில் எழுதுகிறது மிகுந்த வருத்தமான வேலை. ஐம்பது வயசு வரையும் காகிதத்தில் எழுதினது அபூர்வம் எல்லாம் ஓலை எழுத்துத்தான்.

என்று எழுதியுள்ளார். சவரிராயன் 1801ஆம் ஆண்டில் பிறந்தவர். எனவே 1851இல் அவர் அய்ம்பதாவது வயது அடைந்திருக்க வேண்டும். 19ஆம் நூற்றாண்டின் நடுப்பகுதியிலும்கூடக் கிறித்தவத் திருச்சபை ஊழியர்கள், ஓலையில் எழுதி வந்ததை மேற்கூறிய பதிவுகள் உணர்த்துகின்றன.

பதினெட்டாம் நூற்றாண்டின் இறுதியிலும் பத்தொன்பதாம் நூற்றாண்டின் தொடக்கத்திலும் எழுதப்பட்ட 'உபதேசியார் நாட்குறிப்புகள்' காகித வடிவிலும், ஓலைச் சுவடி வடிவிலும் ஜெர்மனியில் உள்ள ஹாலே என்ற இடத்திலுள்ள அருங்காட்சி

யகத்தில் பாதுகாப்பாக உள்ளன. இச்சுவடிகள் வாயிலாகச் சில வரலாற்றுச் செய்திகள் கிட்டும் வாய்ப்புள்ளது.

பயன்பாடு

கிறித்தவ ஓலைச்சுவடிகளில் ஒரு பகுதி உரைநடையில் அமைந்திருத்தல், அதன் தனிச்சிறப்பாக அமைகிறது. நமக்குக் கிடைக்கும் சோதிடம், மருத்துவம் தொடர்பான ஓலைச்சுவடிகள் கூடச் செய்யுள் வடிவில் அமைந்தவைதான். இலக்கியம், கதைப்பாடல் தொடர்பான சுவடிகள் செய்யுள் நடையில்தான் அமைந்திருக்கும் என்பதைக் கூற வேண்டிய அவசியமில்லை.

தத்துவம், இலக்கிய இலக்கண உரைகள் ஆகியன மட்டுமே உரைநடையில் அமைந்திருந்தன. எனவே உரைநடை என்பது ஒரு குறிப்பிட்ட எல்லைக்குள் மட்டுமே வழங்கிவந்தது. கருத்துக் கள், அறவுரை ஆகியனவற்றைக் கூற, ஒருவரை விளித்துக் கூறும் வகையிலான அகவல்பா வடிவை உரைநடைக்கு மாற்றாகப் பயன்படுத்தியுள்ளனர்.

அகவுதல் என்ற சொல்லுக்கு அழைத்தல் என்ற பொருளும் உண்டு. 'அகவிக் கூறுதலின் அகவல் என்றாயிற்று' என்பர். மனனம் செய்யவும், கூறும் செய்தியைக் கேட்போர் எளிதில் புரிந்துகொள்ளவும் அகவல்பா வடிவம் துணைபுரியும் தன்மையது. இக்காரணம் பற்றியே 'கபிலரகவல்', 'விநாயகர் அகவல்' என்பன மக்களிடையே எளிதில் சென்றடைந்தன. உரைநடை வளர்ச்சி யடையாக் குறையை அகவல் வடிவிலான நூல்கள் தீர்த்து வைத்தன. யாப்பு விதிகளுக்கு உட்பட்டு எழுதப்பட்ட செய்யுள் வடிவிலான நூல்களைக் கற்றவர்கள் படித்து வந்தனர். உரை நடை என்ற வடிவம் தமிழில் வளர்ச்சியுறாமைக்கு இதுவே காரணமாகும்.

நவீனத்துவம் வளர்ச்சியுற்ற அய்ரோப்பிய சமூகத்திலிருந்து வந்த கிறித்தவம், வரலாறு, பூகோளம், அறிவியல் போன்ற அறிவுத் துறைகளை, தான் நிறுவிய கல்விக்கூடங்கள் வாயிலாகக் கற்பிக்கத் தொடங்கிய போதும், புற உலகின் செயல்பாடுகளைப் பதிவு செய்யவேண்டிய போதும் உரைநடை அவர்களுக்குத் தேவைப்பட்டது. இத்தேவையை நடைமுறைப்படுத்தத் தொடக்கத்தில் ஓலைச்சுவடிகளை அவர்கள் பயன்படுத்தினர்.

இதுவரை நுழையாத புதிய தடங்களில் தமிழ் உரைநடை நுழைய இச்செயல் துணைபுரிந்துள்ளது. இதனால் உரைநடையின் பயன்பாடு மாற்றியமைக்கப்பட்டுள்ளது. சமூக நிகழ்வுகளையும் முரண்பாடுகளையும் ஆவணப்படுத்தத் தூண்டியுள்ளது. இதன்

காரணமாக 18, 19ஆம் நூற்றாண்டுக் காலத்திய தமிழ் உரைநடை வளர்ச்சியை ஆராயவும், சமூக நிகழ்வுகளைக் கண்டறியவும் கிறித்தவ ஓலைச்சுவடிகள் துணைபுரிகின்றன. இதுவே கிறித்தவ ஓலைச்சுவடிகளின் சிறப்பாக அமைகிறது.

செய்ய வேண்டுவன

இத்தகைய முக்கியத்துவம் வாய்ந்த கிறித்தவ ஓலைச் சுவடிகள், தனி மனிதர்களிடமும், புராதனத் தேவாலயங்களிலும் கிறித்தவத் திருச்சபைகளின் ஆவணக் காப்பகங்களிலும் உள்ளன. செர்மனி, டென்மார்க், வாடிகன், பாரிஸ் ஆகிய நகரங்களில் உள்ள நூலகங்களிலும், ஆவணக் காப்பகங்களிலும் தமிழ் ஓலைச் சுவடிகள் பாதுகாக்கப்பட்டு வருகின்றன. இவற்றுள் உரைநடை வடிவிலான கிறித்தவம் தொடர்பான ஓலைச்சுவடிகளும் அடக்கம்.

அச்சுவடிகளில் பல அச்சு வடிவம் பெறத் தகுதியானவை. தமிழ் வாசகர்களுக்கும், ஆய்வாளர்களுக்கும் இவை வாசிக்கக் கிட்டாதது குறைபாடாகும். இன்று ஓலைச்சுவடிகளைக் குறுந்தகடுகளில் பதிவுசெய்ய முடியும். எனவே அயல்நாடுகளில் உள்ள ஓலைச்சுவடிகளைக் குறுந்தகடுகளில் பதிவு செய்து தமிழ்நாட்டு ஆய்வாளர்கள் படிக்கவும், பதிப்பிக்கவும் உதவ வேண்டியது அவசியம். அதிகப் பொருட் செலவில்லாத இப்பணியை மேற்கொள்வது கடினமான ஒன்றல்ல.

(உலகத் தமிழ் ஆராய்ச்சி நிறுவனம் (சென்னை) நடத்திய சுவடிப் பயிலரங்கில் ஆற்றிய உரையின் சுருக்கம்.)

நன்றி: 'நியூ செஞ்சுரியின் உங்கள் நூலகம்', ஜூன் 2010

பண்பாடு ஏற்றல்: இருவேறு அணுகுமுறைகள்

எந்த ஒரு சமூகம் குறித்த ஆய்விலும் ஒதுக்க முடியாத ஒரு கூறாகப் பண்பாடு என்பது அமைகிறது. இதனால் பண்பாடு குறித்த ஆய்வுகள் தொடர்ச்சியாக நிகழ்ந்து வருகின்றன. இவ்வாய்வின் முதற்படியாகப் பண்பாடு என்பது குறித்த வரையறைகள் உருவாகியுள்ளன: இவ்வரையறைகள் அனைத்திலும் மையமாக இருப்பது எது என்ற உண்மையைக் கண்டறிய இருபதாம் நூற்றாண்டின் நடுப்பகுதியில் குரோபர், கிளக்ஹான் என்ற இரு மானிடவியலாளர்கள், பண்பாடு குறித்த ஏறத்தாழ முந்நூறு வரையறைகளைப் பரிசீலித்தனர்.

இதன் அடிப்படையில் ‘பண்பாடு என்பது ஒரு சமூகத்தில் கற்றறியப்படும் நடவடிக்கை’ என்ற கருத்தை அவர்கள் முன் வைத்தனர். இதே காலத்தில் வாழ்ந்த லிண்டன் என்ற மானிடவியலாளர் ‘சமூகப் பாரம்பரியம்’ என்று பண்பாட்டைக் குறிப்பிட்டார். பண்பாடு என்ற பெரிய சட்டகத்திற்குள் அடங்கும் சமயம், சமூகப் பாரம்பரியமாகவும் சமூகத்தில் கற்றறியப்படும் நடவடிக்கையாகவும் அமைகிறது.

பண்பாட்டுக் கூறுகளில் ஒன்றாக அமையும் சமயம், ஒன்றுக்கொன்று முரணானப் பல்வேறு சமயங்களாகப் பிரிந்து காணப்படுகிறது. ஒவ்வொன்றும் வேறுபாடான வகையிலான இறைக் கோட்பாடுகளையும் வழிபாட்டு முறைகளையும்

கொண்டுள்ளன. இவ்வேறுபாடுகள் சமயப் பண்பாட்டில் எதிரொலிக்கின்றன. ஒரே சமூக அமைப்பிற்குள் பல்வேறு சமயங்கள் நிலவும்போது அவற்றுக்கிடையே நிலவும் முரண்பாடுகளைத் தாண்டி சில ஊடாட்டங்களும் நிகழ்வதுண்டு.

அயற்பண்பாட்டினர் தொடர்பால் உடை, உணவு பழக்க வழக்கங்களில் மாறுதல் நிகழ்வதுபோன்று, சமயம் தொடர்பான நடவடிக்கைகளிலும் மாறுதல்கள் நிகழ்வதுண்டு. இம்மாறுதல்கள் ஒருவழிப்பாதையாக அமைவதில்லை. இவ்வாறு பண்பாட்டு வாழ்வில் ஏற்படும் நிகழ்வுகளை மாறுதல் என்பதைவிட உள்வாங்குதல் என்பதே பொருத்தமானது.

பண்பாடு ஏற்றல்

ஒரு பண்பாட்டினர் மற்றொரு பண்பாட்டின் சில கூறுகளை உள்வாங்கிக்கொள்வதை Incultration என்று மானிடவியலர் குறிப்பர். இக்கலைச் சொல்லே தமிழில் 'பண்பாடு ஏற்றல்' என்று குறிப்பிடப்படுகிறது. கத்தோலிக்க இறையியலாளர்கள் பண்பாட்டு மயமாக்கல், தாயகமாக்கல், இந்தியமயமாக்கல் என்ற சொற்களைப் பயன்படுத்துகின்றனர். மானிடவியல் கலைச்சொல் என்ற எல்லையைத் தாண்டி இறையியல் கலைச்சொல்லாகப் 'பண்பாடு ஏற்றல்' மாறிவிட்டது. இச்சொல் குறித்த ஓர் எளிய வரையறையை இராபர்ட் சத்திய சோசப் (2002) தந்துள்ளார் அது வருமாறு:

> நேரடியான அல்லது மறைமுகமான தொடர்புமூலம், தனிநபர் அல்லது குழு இன்னொரு பண்பாட்டுச் சிறப்புப் பண்புகளைப் பெற்றுக்கொள்கிற நடைமுறையே பண்பாட்டு ஏற்றலாகும்.

இவ்வரையறையையடுத்து, பண்பாடு ஏற்றலின் விளைவு களை 'இது பண்பாட்டுச் சிக்கலையும் குழூஉத் தனித்தன்மையில் உருத்திரிபையும் ஏற்படுத்தும்; சில நிலைகளில் இசைவிப்பையும் தோற்றுவிக்கும்' என்று குறிப்பிடுகிறார்.

இத்தன்மை வாய்ந்த பண்பாடு ஏற்றல் தமிழகக் கத்தோலிக்கத் திருச்சபையில் ஒரு விவாதப் பொருளாக விளங்கி வருகிறது. பண்பாடு ஏற்றல் தொடர்பான இவ்விவாதத்தில் தாக்குதலுக்கு ஆளாகும் ஒரு மையப்புள்ளியாகத் 'தத்துவபோதகர்' என்றழைக்கப்படும் ராபர்ட்–டி–நோபிலி என்ற சேசுசபைத் துறவி அமைகிறார். தமிழகக் கத்தோலிக்கத் திருச்சபையில், பண்பாடு ஏற்றல் தொடர்பான ஆய்வை மேற்கொள்ளும் எவரும்

இவரைப் புறக்கணிக்க இயலாது. என்றாலும் உண்மையில் இவருக்கு முன்பே, தொடக்க காலக் கத்தோலிக்கத்தில் பண்பாடு ஏற்றல் தொடர்பான சிந்தனைப்போக்கு உருவாகிவிட்டது. இது குறித்து ஆராய்வதன் முதற்படியாக கத்தோலிக்கப் பரவல் தொடர்பான சில உண்மைகளைக் குறிப்பிடுவது அவசியமாகிறது.

16ஆம் நூற்றாண்டில் தமிழ்க் கத்தோலிக்கம்

கி.பி. 1533 அல்லது 1536 வாக்கில் 'முத்துக்குளித்துறை' என்றழைக்கப்பட்ட, தென்தமிழ்நாட்டின் கடற்கரைப் பகுதியில் கத்தோலிக்கம் அறிமுகமானது. பரதவர் என்றழைக்கப்படும் மீனவர் சமூகம் ஒரே குழுமமாகக் கத்தோலிக்கராயினர். புனித சவேரியார், அண்ட்ரிக் அடிகளார், அந்தோனி கிரிமினாலி போன்ற முக்கிய சேசுசபைத் துறவியர் இம்மக்களிடையே பணியாற்றினர். இம்மக்களின் சமய வாழ்வுக்குத் துணைநிற்கவும் நெறிப்படுத்தவும் மூன்று நூல்கள் தொடக்கத்தில் வெளியாயின.

கி.பி.1578இல் 'தம்பிரான் வணக்கம்' என்ற நூலும் 1579இல் 'கிரிசித்தியான வணக்கம்' என்ற நூலும் முறையே கொல்லத்திலும் கொச்சியிலும் அச்சாயின. இவ்விருநூல்களும் கத்தோலிக்கம் தொடர்பான அடிப்படையுண்மைகளையும், வழிபாட்டில் கூற வேண்டிய மந்திரங்களையும் கொண்டவையாகும். இந்நூல்களையடுத்து கிறித்தவ அடியார்களின் வரலாற்றைக் கூறும் 'அடியார் வரலாறு' என்ற நூல் கி.பி. 1586இல் புன்னைக்காயல் என்ற கடற்கரைச் சிற்றூரில் அச்சிடப்பட்டு வெளியானது. 669 பக்கங்களைக் கொண்ட இந்நூல் மொழிபெயர்ப்பு நூல் என்றாலும் தாம் பணியாற்றும் பகுதியில் வாழும் பரதவர்களுக்கு ஆங்காங்கு அறிவுரைகளை நூலாசிரியரான அண்டிரிக் அடிகளார் கூறிச் செல்கிறார்.

இவ் அறிவுரைகளில் சில,'பண்பாடு ஏற்றல்' தொடர்பானவை. பழைய பண்பாடுகளில் பின்பற்றக் கூடாதவை குறித்தும், பின்பற்ற வேண்டிய கிறித்தவம் சார்ந்த பண்பாடுகள் குறித்தும் இந்நூல் பேசுகிறது.

'கி.பி.1533இல் பரமென்ற (பரவர் என்ற) சாதியில் உள்ளவர்கள் கிறிசித்தியானி மாற்கம் புகுந்துள்ளார்கள்' என்று குறிப்பிடும் அண்டிரிக் அடிகளார் இந்நூலை அவர் எழுதும் காலத்தில்கூட கிறித்தவப் பெயர்களைத் தம் பிள்ளைகளுக்கு இடும் பழக்கம் உருவாகவில்லை என்று வருந்தியுள்ளார். அத்துடன் கிறித்தவப் பெயர்களை இடும்படி அறிவுறுத்துகிறார். இறப்பு வீட்டில் ஒப்பாரி சொல்லி அழுவதை நிறுத்தும்படியும் கூறியுள்ளார்.

யாதொருவர் செத்ததுக்காக ஒப்பாரி சொல்லி அழுகிற பெண்சாதிகள், ஒப்பாரி சொல்லியழுகிற நேரங்களில் செத்தவர்களுக்கு வேண்டி அனேக முறை (கிரியே லேசோமும் ஆவே மரிய)வும் ஓதித் தம்பிரானோடேயிரந்து கொள்ளுகிறது தம்பிரானுக்கு ஏற்ற கருமமாயிருக்கும். செத்தவர்களுடைய ஆற்புமங்களுக்கும் உதவும். செத்தவர்கள் கருமம் பேசி வாறோமே யாது முகாந்திரமாக ஒரு புத்தி சொல்ல வேண்டியிருக்கிறது. அதாவது சில பெண்கள் சாதிகள் தங்கள் புருசழ்ரென்கிலும்' பெற்றார் பிறந்தா ரென்கிலுஞ் செத்தால் விதனப்பட்டிருக்கிறது அழவல்ல.

தம் பழைய சமயம் சார்ந்த பெயர்களை இடுவதையும், ஒப்பாரிவைப்பதையும் நிறுத்தும்படி அடிகளார் அறிவுறுத்துவதன் வாயிலாகப் பழைய பண்பாட்டு அடையாளங்களிலில் இருந்து துண்டித்துக் கொள்ளும்படி பரதவரை வலியுறுத்துகிறார். மற்றொரு பக்கம், கொள்ளைநோய் பரவும்போது புனித செபஸ்தியாரையும், காணாமல்போன பொருட்கள் கிடைக்க புனித அந்தோனியாரையும் வேண்டிக்கொள்ளும்படி அறிவுறுத்து கிறார்.

இவ்வறிவுறுத்தல் தமிழ்நாட்டின் நாட்டார் தெய்வ வழிபாட்டை நினைவூட்டுகிறது. தொற்றுநோய்க்கு மாரியம்மனையும், பேய்விலகவும், காணாமல்போன பொருள் கிடைக்கவும் சுடலை மாடனையும் இசக்கியம்மனையும் வழிபடுவது தென் மாவட்டங்களில் நடைமுறையில் உள்ள ஒன்று. மையத் தெய்வ வழிபாட்டுடன், நாட்டார் தெய்வ வழிபாட்டையும் கொண்டிருந்த மக்கள் திரள், கிறித்தவரான பின் இவ்வழிபாடுகளைக் கை விடுவது இயல்பானதே. அவர்களின் பழைய சமயவாழ்வுக்கு இணையான ஒன்றாகப் புனிதர் வழிபாடு இங்கு அண்டரிக் அடிகளாரால் சுட்டப்படுகின்றது. தம் பழைய சமய அடையாளங்களைக் கைவிடச் செய்தல், புதிய சமய அடையாளங்களை ஏற்றுக்கொள்ளச் செய்தல் என்பன தொடக்ககால கத்தோலிக்கத் திருச்சபையின் பணியாக இருந்தமை இச்செய்திகளால் புலனாகிறது.

17ஆம் நூற்றாண்டில் தமிழ்க் கத்தோலிக்கம்

கத்தோலிக்கப் பரதவர்கள் சிலர் மதுரைநகரில் வாணிபத்தின் பொருட்டுத் தங்கியிருந்தனர்; சிலர் வந்து போயிருந்தனர். இவர்களுக்காகக் கத்தோலிக்கக் குரு ஒருவர் மதுரையில் தங்கியிருந்தார். இதுவே பின்னர் மதுரை மறைத்தளம் (மதுரை மிஷன்) என வளர்ச்சி பெற்றது.

கி.பி. 1606இல் இராபர்ட்–டி–நொபிலி என்ற சேசுசபைத் துறவி மதுரைக்கு வந்தார். அவர் வரும்முன்னர் கொன்சால்வாஸ் என்ற சேசுசபைத் துறவி அங்குத் தங்கியிருந்தார். அவரால் புதிதாக எவரையும் கத்தோலிக்கராக்க இயலவில்லை. போர்ச்சுக்கீசியரான இவர், தாம் பணியாற்றும் பகுதியினரின் மன உணர்வுகளையும் சமூகத் தகவுகளையும் புரிந்துகொள்ள வில்லை.

இக்காலகட்டத்தில் அய்ரோப்பியர்களான போர்ச்சுகீசியரை, 'பரங்கி' என்ற சொல்லால் தமிழர்கள் குறிப்பிட்டனர். மது அருந்தி, மாட்டிறைச்சியுண்டு, பாலியல் நெறிமுறைகள் இன்றி வாழும் ஒழுக்கக் கேடானவரைக் குறிக்கும் சொல்லாகவே 'பரங்கி' விளங்கியது. இதை உணராது, 'நீ கிறிஸ்து மார்க்கம் புக விரும்புகிறாயா?' என்ற வினாவையெழுப்புவதாகக் கருதி 'நீ பரங்கி மார்க்கம் புக விரும்புகிறாயா?' என்ற வினாவை யெழுப்பினார்.

'பரங்கி' எதிர்மறையான பொருளைக் கொண்டுள்ளதை அவர் அறியவில்லை. இரண்டாவதாக, தமிழ்ச் சமூகத்தில் ஒருவன் தன் சாதியை மாற்றிக்கொள்ள முடியாது. ஆனால் அவரது வினா, பரங்கி சாதிக்கு மாற விரும்புகிறாயா என்று பெரும்பாலான மக்களால் பொருள் கொள்ளப்பட்டது. இழிவான பரங்கி சாதிக்கு மாறுவதை விரும்பாத நிலையில், கத்தோலிக்கராக மதம் மாறுவதைத் தவிர்த்தனர்.

டி.நொபிலி இவ்வுண்மையைப் புரிந்துகொண்டார். மேலும் மதுரை மக்களின் சமயவாழ்வில் பிராமணர்கள், சந்நியாசிகள், பண்டாரங்கள் ஆகியோருக்கு மரியாதையுடன் கூடிய சிறப்பிடம் இருப்பதையும், இதே நிலையே ஏனைய பகுதிகளில் நிலவுவதையும் அவர் அறிந்துகொண்டார். இதன் அடிப்படையில் அவர் மாறுபாடான வழிமுறைகள் சிலவற்றை மேற்கொண்டார். இது குறித்து அவரது வாழ்க்கை வரலாற்றை யெழுதிய இராசமாணிக்கம் அடிகளார் கூறும் செய்திகளின் சாரம் வருமாறு:

பரங்கி என்ற சொல் இழிவான சொல்லாகக் கருதப் பட்டமையை அறிந்ததன் அடிப்படையில், தாம் பரங்கி அல்ல என்றும் ரோம்நாட்டின் ராஜபரம்பரையில் பிறந்த சந்நியாசி என்றும் அறிவித்தார்.

தமிழ்நாட்டு சந்நியாசிகளைப்போன்று இறைச்சி, மீன், முட்டை, மது ஆகியவற்றைத் தவிர்த்ததுடன் ஒரு பொழுது மட்டுமே உணவு உட்கொண்டார். அரிசி, காய்கறிகள் ஆகியனவே

அவரது உணவில் இடம்பெற்றன. தமிழ்நாட்டின் சாதிய மேலாண்மையுணர்வை உள்வாங்கி, தாழ்த்தப்பட்ட சாதியினர் தம்மைத் தொட அனுமதிக்கவில்லை. பிராமணர் ஒருவரையே சமையல்காரராக நியமித்துக்கொண்டார்.

அய்ரோப்பியப் பாதிரியார்கள் அணிந்து வந்த கறுப்பு நிற அங்கிக்கு மாறாக இந்திய சந்நியாசிகளுக்குரிய காவி ஆடையை அணிந்துகொண்டார். நெற்றியில் சந்தனமும் மார்பில் பூணூலும் தலையில் நீண்ட குடுமியுமாக அவர் காட்சியளித்தார்.

இவ்வாறு தனிப்பட்ட முறையில் சந்நியாசியாகத் தம்மை அடையாளப்படுத்திக் கொண்டதுடன் நின்றுவிடாமல் வாழ்க்கை வட்டச் சடங்குகளிலும், தேவாலய வழிபாட்டுச் சடங்குகளிலும் வழக்கமான கத்தோலிக்க சமயமரபிலிருந்து மாறுபட்ட சில நடைமுறைகளை அறிமுகப்படுத்தினார்.

கத்தோலிக்க முறையிலான திருமணங்களில் கூறுவதற்கென்றே சமஸ்கிருத மந்திரங்களைப் புதிதாக உருவாக்கினார். கடவுளின் முன் அனைவரும் சமம் என்ற கிறித்தவக் கோட்பாட்டிற்கு மாறாக சாதிவேறுபாடுகளையும் தீண்டாமையையும் ஏற்றுக்கொண்டார் தேவாலயங்களில் தீண்டத்தகாத சாதியினருக்கென்று தனி இடம் ஒதுக்கினார். மூலவேதம் காணாமல் போய்விட்டது என்ற மக்களின் நம்பிக்கையைப் பயன்படுத்திக் கொண்டு அது மறையாமல் நிலைத்திருப்பதாகவும், அதன் பெயர் ‘சத்திய வேதம்’ என்றும் அதைப் போதிப்பதற்காகவே தாம் வந்துள்ளதாகவும் கூறிக்கொண்டார். விவிலியத்தின் சில பகுதிகளை வடமொழியில் மொழிபெயர்த்து அதுவே சத்திய வேதம் என்றார்.

கோவிலில் பொங்கலிடும் பழக்கத்தையும், பெண்கள் தாலி அணியும் பழக்கத்தையும் கத்தோலிக்க சமயச் சார்புடையதாக மாற்றம் செய்தார். இதன்படி சிலுவையை நட்டு, அதன்முன் பொங்கலிட அனுமதித்தார். பெண்கள் தாம் அணியும் தாலியில், இந்து சமயம் சார்ந்து கடவுளர்கள் உருவம் இல்லாது, சிலுவை அடையாளம் இருக்கும்படிச் செய்தார்.

மேற்கூறியவாறு டி.நொபிலி மேற்கொண்ட அனுகுமுறைகள் யாவும் ‘பண்பாடு ஏற்றல்’ என்ற பிரிவுக்குள் அடங்குவன. அண்டிரிக் அடிகளார் விதித்த தடைகளுக்கு மாறான தன்மையை இதில் காணமுடிகிறது. நோபிலி அறிமுகப்படுத்திய ‘பண்பாடு ஏற்றல்’ என்பதனை மேட்டிமையோர் சார்ந்தவை, அடித்தள மக்கள் சார்ந்தவை என இரண்டாகப் பகுக்கலாம். இப்பகுப்பின் அடிப்படையில் தான் அவர் மேற்கொண்ட ‘பண்பாடு ஏற்றல்’ குறித்து மதிப்பிட முடியும்.

மேட்டிமையோர் சார்ந்த பண்பாடு ஏற்றல்

நொபிலி மதுரை வந்த காலத்தில் நாயக்க மன்னர்களின் ஆட்சி நடந்துவந்தது. நாயக்க மன்னர்கள் வடமொழியையும் பிராமணர்களையும் பேணிவந்தனர். பிராமணர் அல்லாத பெரும்பாலான மக்களின் சமயவாழ்வில் பிராமணியத்தின் தாக்கம் ஆழமாக வேரூன்றியிருந்தது. கோவில்களின் வழிபாட்டு மொழியாக வடமொழி விளங்கியது. கோவிலின் கருவறையில் நுழைந்து பூசை நிகழ்த்தும் உரிமை பிராமணர்களுக்கே இருந்தது. வாழ்க்கை வட்டச்சடங்குகளில் பிராமணர்களின் பங்களிப்பைப் பெறுவது மதிப்பிற்குரியதாயிருந்தது. இது அனைத்துச் சாதியினருக்கும் கிட்டவில்லை. சாதியப் படிநிலையில் கீழேயிருந்தவர்களுக்கும் சாதிவட்டத்திற்கு வெளியில் இருந்தவர்களுக்கும் பிராமணர்களின் பணி மறுக்கப்பட்டது.

இத்தகைய சமூகச்சூழலில் நொபிலி மேற்கொண்ட பண்பாடு ஏற்றல் என்பது, மேட்டிமையோரான பிராமணரையும் வடமொழியையும் சார்ந்து நின்றதில் வியப்பில்லை பிராமணியத்தையும் வடமொழியையும் உள்வாங்கிக் கொண்டதாலேயே அவருக்கு மதிப்புக் கிட்டியது. இவ்வுண்மையை அவர் நன்றாக உணர்ந்திருந்தார்.

மேட்டிமையோருக்குப் பிராமணர்களும் அடித்தள மக்களுக்குப் பிராமணர் அல்லாதாரும், வழிபாட்டிலும் வாழ்க்கைவட்டச் சடங்குகளிலும் குருக்களாகப் பணியாற்றினர். இதுபோன்ற வேறுபாட்டுடன் கூடிய குருக்களை அவர் கத்தோலிக்கத்தில் அறிமுகப்படுத்தினார். அவர் சார்ந்திருந்த சேசுசபையில் 'ரோமன் ரிஷிகள்', 'பண்டார சாமிகள்' என்ற இரு பிரிவுகளை உருவாக்கினார்.

பிராமண சந்நியாசி

டி–நோபிலியின் காலத்தில் நிலவிய சாதிய அடுக்கில் பிராமணர்களே உச்சியில் இருந்தனர். பிராமணர் என்ற உயரிய நிலை, பிறப்பினால் அமைவதாக இருந்தது. தமிழர்களின் சமய வாழ்விலும் சமூக வாழ்விலும் இவர்கள் சிறப்பான இடத்தைப் பெற்றிருந்தனர். ஆசிரியர், சோதிடர், சைவ வைணவக் கோவில்களின் அர்ச்சகர்கள், வாழ்க்கை வட்டச் சடங்குகளை நடத்தி வைக்கும் புரோகிதர், புராண இதிகாசக் கதைகளை மக்களுக்கு எடுத்துரைக்கும் உபந்நியாசர் என இவர்களின் பங்களிப்பு ஒதுக்கமுடியாததாக இருந்தது.

இவர்கள் தமக்கென வேறுபாடான நடைஉடை பாவனைகளையும் பழக்க வழக்கங்களையும் கொண்டிருந்தனர்.

இவர்களுக்கான தனித்ததொரு அடையாளமாக இவை அமைந்தன. இவர்களுடைய பணி அனைத்துச் சாதியினருக்கும் கிட்டவில்லை. தேர்ந்தெடுத்த சில சாதியினருக்கு மட்டுமே இது கிட்டியது. பிராமணக் குருக்களின் பணியைப் பெறுவதென்பது சமூக உயர்வின் அடையாளமாக அமைந்தது.

இவ்வுண்மையை உணர்ந்துகொண்ட டி.நொபிலி பிராமணர் மற்றும் வேளாளரை மதமாற்றம் செய்ய பிராமண சந்நியாசிகள் என்ற பிரிவை சேசுசபையில் உருவாக்கினார். அவர் காலத்திய தமிழ்ச் சமூகத்தில் சாதிய அடுக்கில் மேல்நிலையில் இருந்த இவ்விரு சாதியினரையும் கத்தோலிக்கர்களாக மாற்றினால் அவர்களைச் சார்ந்திருக்கும் அல்லது கட்டுப்பாட்டிற்குள் இருக்கும் ஏனைய சாதியினரை மதமாற்றம் செய்வது எளிது என நம்பியதே இதற்குக் காரணம். அய்ரோப்பாவில் உருவான சேசுசபை என்ற துறவறசபை அது உருவான பதினாறாம் நூற்றாண்டிலிருந்தே தமிழ்நாட்டில் செயல்படத் தொடங்கி யுள்ளது. ஆனால் 17ஆம் நூற்றாண்டில் தமிழ்நாட்டின் பிராமணக் குருக்களைப் போன்ற பழக்க வழக்கங்களையும் தோற்றத்தையும் கொண்ட பிராமண சந்நியாசி முறையை அறிமுகப்படுத்தியதன் வாயிலாக மேட்டிமை சார்ந்த பண்பாடு ஏற்றலை சேசுசபையினர் பின்பற்றும்படி டி.நொபிலி செய்துவிட்டார்.

அடித்தள மக்கள் சார்ந்த பண்பாடு ஏற்றல்

அடித்தள மக்களுக்கு என்று பண்டார சாமி என்ற பிரிவை உருவாக்கிய டி.நொபிலி அடித்தளமக்களின் சமயத்தில் நிலவிய சில வழிபாட்டுக் கூறுகளை உள்வாங்கிக் கொண்டார். இவற்றை அறிந்துகொள்ளும் முன்னர் தமிழ்நாட்டில் நிலவிய சமயப் பிரிவுகள் குறித்து சில அடிப்படைச் செய்திகளைப் புரிந்துகொள்வது அவசியமானது.

தமிழக வரலாற்றின் தொடக்கமாக அமையும் சங்க காலத்தில் இன்று காணப்படும் இந்து சமயம் நிலவவில்லை. தமிழக நிலப்பகுதிகளை அய்ந்து திணைகளாகப் பிரித்திருந்த பண்டைத் தமிழர்கள், அய்ந்து திணைகளுக்கும் தனித்தனியான கடவுளர்களை உருவாக்கி வழிபட்டு வந்தனர். மற்றொரு பக்கம் தொல் சமயம் சார்ந்த நடுகல் வழிபாடும், ஆவிகள் குறித்த நம்பிக்கையின் அடிப்படையில் உருவான ‘அணங்கு’ வழிபாடும் நிலவியது.

இவை தவிர வடபுலத்தின் வேதசமயமும் வேத எதிர்ப்புச் சமயங்களான சமணம், பெளத்தம், ஆஜீவகம் ஆகியனவும் நடைமுறையில் இருந்தன. காலப்போக்கில் வேதசமயத்தின்

தாக்கம் வளர்ச்சி பெற்று, திணைசார் கடவுளர்கள் வேத சமயத்துடன் இணைக்கப்பட்டனர். சிவனும் விஷ்ணுவும் முக்கிய தெய்வங்களாக உருப்பெற்றனர். பல்லவர் ஆட்சிக்காலத்தில் இப்போக்கு வளர்ச்சிபெற்று, வைதீக சமயம் சார்ந்த கோவில் என்ற அமைப்பு உருவானது. வைதீக சமயத்தின் உட்பிரிவாக சிவனை முழுமுதற் கடவுளாகக் கொண்ட சைவமும், விஷ்ணுவை முழுமுதற் கடவுகளாகக் கொண்ட வைணவ சமயமும் உருவாகி வளரலாயின. பிற்கால சோழர் ஆட்சியில் இவை தம்முள் முரண்பட்டு நின்றன.

இவ்வளர்ச்சிப் போக்குகளுக்கிடையில் தொல்சமயக் கூறுகளை உள்வாங்கிய நாட்டார் சமயமும் பெருவாரியான அடித்தள மக்களிடம் செல்வாக்கு பெற்றிருந்தது. சைவம் வைணவம் இரண்டுடனும் இணையாத நிலையில் தொடக்கத்தில் இது இருந்துள்ளது. இதன் அடிப்படையில் சைவம், வைணவம் வழிபாட்டு முறைகளுக்குள் அடங்காத சில வேறு படான வழிபாட்டு முறைகளை இவை கொண்டிருந்தன.

டி.நொபிலி மேற்கொண்ட பண்பாடு ஏற்றலில் நாட்டார் சமயம் சார்ந்த சடங்குகளும் இடம்பெற்றிருந்தன. அத்துடன் அறிமுகப்படுத்தியது யார் என்பது குறித்த வரலாற்றுச் சான்றுகள் இல்லாத சில நாட்டார் சடங்குகளும் கத்தோலிக்கத் திருச்சபை யின் எல்லைக்குள் நுழைந்துள்ளன. இவற்றுள் சில வட்டாரத் தன்மை கொண்டவை. இவற்றுள் சில வருமாறு:

1. பொங்கலிடுதல்
2. அசனம் கொடுத்தல்
3. மழைக்கஞ்சியெடுத்தல்
4. விளைபொருட்களைக் காணிக்கையாக வழங்குதல்

பொங்கலிடுதல்

தமிழ்நாட்டு வரலாற்றின் தொடக்ககாலச் சான்றுகளாய் அமையும் சங்க இலக்கியங்களில் கோவில் என்ற நிறுவனம் குறித்த விரிவான சான்றுகள் இல்லை. சங்க இலக்கியங்களில் காலத்தால் பிற்பட்ட பரிபாடலில்தான் கோவில் என்ற அமைப்பு குறித்த செய்திகள் பரவலாகக் காணப்படுகின்றன. பல்லவர் ஆட்சிக்காலத்தில் (கி.பி. 3 முதல் கி.பி. 9 வரை) இது வளர்ச்சி பெறத் தொடங்கி பின் பிற்காலச் சோழர் ஆட்சியில் (கி.பி. 10 முதல் 13 வரை) உச்சகட்டத்தை அடைந்தது.

கோவில் என்ற அமைப்பு இவ்வாறு உருப்பெற்று வளர்ந்தபின் அதில் பல்வேறு துணை அமைப்புகள் உருவாயின. அவற்றுள்

ஒன்று 'திருமடைப்பள்ளி' என்றழைக்கப்படும் சமையல் அறை ஆகும். இதில் பணியாற்றிய பணியாளர்கள் குறித்த செய்திகளைப் பிற்காலச் சோழர்காலக் கல்வெட்டுக்கள் குறிப்பிடுகின்றன.

இதில் சமைக்கப்பட்ட உணவு, கருவறையில் உள்ள இறைவனது உருவத்தின் முன் படைக்கப்பட்டுப் பின்னர் வழிபடுவோர்க்கும் கோவில் பணியாளர்களுக்கும் விநியோகிக்கப் பட்டது. இன்றுவரை இது நிறுவனமயமான சைவ வைணவக் கோவில்களில் தொடர்கிறது. இந்நடைமுறையில் 'தீட்டு' என்ற கருத்தியல் பின்வரும் மூன்று நிலைகளில் இடம்பெற்றுள்ளது.

முதலாவது நிலையில், கருவறையைப் போன்றே 'திருமடைப் பள்ளியும்' புனிதமான ஒன்றாகக் கருதப்படுகிறது. இதன் அடிப்படையில் கருவறையில் நுழையும் உரிமை பெற்றுள்ள குறிப்பிட்ட சாதியினரே இங்கும் பணிபுரிகின்றனர். ஏனைய சாதியினர் சமைக்கும் உணவு தீட்டுப்பட்ட உணவு, என்ற கருத்தியலின் அடிப்படையில் பிறசாதியினரை இங்கு அனுமதிப்ப தில்லை. இரண்டாவது நிலையில், இவ்வாறு சமைக்கப்பட்ட உணவு, துணியால் மூடி மறைக்கப்பட்ட நிலையில் கருவறைக்கு எடுத்துச் செல்லப்படும். வழிபட வந்துள்ள பிராமணர் அல்லாத சாதியினரின் பார்வைபட்டு அவ்வுணவு தீட்டுப்பட்டுவிடும் என்ற நம்பிக்கையே இதற்குக் காரணம். 'பட்டுக்குத் தீட்டில்லை' என்ற நம்பிக்கைக்கேற்ப பெரும்பாலும் பட்டுத்துணியால் மூடியே எடுத்துச் செல்வர்.

மூன்றாவது நிலையில், கருவறையில் திரைபோட்டு மறைத்த பின்பே உணவுப் பாத்திரத்தை மூடியுள்ள துணி நீக்கப்படும். பிறர் பார்க்க, குறிப்பாகத் தம்மைவிடத் தாழ்ந்த சாதியினர் பார்க்க உணவுண்ணக் கூடாது என்ற மேட்டிமையோரின் நம்பிக்கையின் வெளிப்பாடாக இதைக் கருதுவதில் தவறில்லை.

மேலும் கோவில் மடைப்பள்ளியில் சமைத்த உணவை மட்டுமே பக்தர்கள் இறைவனுக்குப் படைத்து வழிபட முடியும். தாம் சமைத்த உணவைப் படைத்து வழிபட முடியாது. இதற்கு மாற்றாகத்தான் தேங்காய், பழம் படைத்து வழிபடுகின்றனர்.

இவற்றிற்கு நேர்மாறாகப் பொங்கலிடுதல் என்ற சடங்கு நாட்டார் சமய வழிபாட்டில் இடம்பெற்றுள்ளது. தாமே சமைத்த உணவைத் தாம் வழிபடும் கடவுள்முன் படைத்து வழிபடும் உரிமை நாட்டார் சமய நெறியில் உள்ளது. நிறுவன சமயங்களான சைவத்திலும் வைணவத்திலும் காணப்படும் மூன்று நிலைகள் இதில் கிடையாது. பொங்கலிடுதல் என்ற சடங்கு உளவியல் நிலையில் வழிபடுவோனையும் கடவுளையும் பிணைக்கிறது.

பெரும்பாலும் அடித்தளமக்கள் பிரிவினரே கத்தோலிக்க சமயத்தைத் தழுவிய நிலையில், அவர்கள் பின்பற்றி வந்த பொங்கலிடும் சடங்கை டி.நொபிலி அனுமதித்துள்ளார். இச்சடங்கு கத்தோலிக்கத்துடன் தொடர்புடையதாய் அமைய வேண்டி சிலுவையின் முன்பு பொங்கலிடச் செய்துள்ளார். இதன் வளர்ச்சி நிலையே 'அறதோனியார்', 'செபஸ்தியார்' போன்ற புனிதர்களைப் பாதுகாவலர்களாகக் கொண்ட கத்தோலிக்கத் தேவாலயங்களில், 'அந்தோனியார் பொங்கல்', 'செபஸ்தியார் பொங்கல்' என்ற பெயர்களால் இன்றும் பொங்கலிடுதல் காணப்படுகிறது.

அசனம் கொடுத்தல்

'அசனம்' என்பது உணவைக் குறிக்கும் சொல்லாகப் பதினெண்கீழ்க்கணக்கு நூலொன்றில் பயன்படுத்தப்பட்டுள்ளது. தேவாலயங்களுக்கு வெளியில் உணவு சமைத்து வறியோர்க்கு ஈதலும், ஆடு பலிகொடுத்து அதன் இறைச்சியைச் சமைத்து வழங்குதலும் 'அசனம் கொடுத்தல்' என்ற பெயரில் நடைபெறுகின்றது. இது கத்தோலிக்கத் திருச்சபையின் அதிகாரப்பூர்வமான வழிபாட்டு எல்லைக்குள் அடங்காமல் 'வெகுசனக் கத்தோலிக்க' வழிபாடாகவுள்ளது.

மழைச்சோறுயெடுத்தல்

இது 'மழைச்சோறு எடுத்தல்' என்றும் பெயர் பெறும். தமிழ்நாட்டின் தென்மாவட்டங்களான விருதுநகர், தூத்துக்குடி, திருநெல்வேலி மாவட்டங்களின் கரிசல் நிலப்பகுதிகள் அடிக்கடி மழையின்மையால் பாதிக்கப்படும். மழையை எதிர் நோக்கியே இங்கு வேளாண்மை நிகழ்வதால் 'வானம்பார்த்த பூமி' என்பர். மழையின்றி வறட்சி தோன்றும்போது 'மழைச்சோறு' எடுத்தல் என்ற நாட்டார் சடங்கு நிகழும்.

சிறுவர் சிறுமியர் கூட்டமாக வீடு வீடாகச் சென்று சோறு கேட்பர். எல்லாவகைச் சோறுகளும் ஒரே பாத்திரத்தில் போடப்படும். பின் இச்சோறுகளை நன்றாகக் கலந்து ஒன்றாக்கிப் பிசைந்து எல்லோருக்கும் ஓர் உருண்டைச் சோறு கொடுப்பர். இதுவே மழைச்சோறாகும்.

கத்தோலிக்கர் வாழும் கிராமங்களில் மழைச்சோறு எடுத்து வந்து தேவாலயத்தின் முன்புவைத்து ஒன்றாகக் கலப்பர். உபதேசியார் அல்லது பங்குக்குரு செபம் ஒன்றை நிகழ்த்துவார். மக்கள் மொழியில் இது 'மந்திரித்தல்' எனப்படுகிறது. இதன் பின்னர் இச்சோறு உருண்டையாக்கப்பட்டு விநியோகிக்கப்படும்.

மழைச்சோறெடுத்தல் என்ற நாட்டார் சடங்கு கத்தோலிக்கச் சமயத்துடன் இணைக்கப்படுவதை இங்குக் காண்கிறோம். பண்பாடு ஏற்றலின் விளைவாக இவ்விணைப்பு நிகழ்ந்துள்ளது.

விளைபொருட்களைக் காணிக்கையாக வழங்குதல்

வேளாண்மையே அடிப்படைத் தொழிலாக விளங்கியபோது தமிழ்நாட்டில் நிறுவன மற்றும் நாட்டார் தெய்வங்களுக்குக் காணிக்கையாகத் தம் நிலத்தில் விளைந்த பயிரின் முதற்பலனை வழங்கும் பழக்கம் முன்பு பரவலாக இருந்தது. தற்போது இப்பழக்கம் குறைந்துவிட்டாலும் மறைந்துவிடவில்லை. இதன்படி தானியங்கள், காய்கறிகள் ஆகியன படையற்பொருளாக மக்களால் தெய்வங்களின்முன் வைக்கப்படுகின்றன. பசு ஈன்றபின் சுரக்கும் முதற்பாலை கோவில்களுக்கு வழங்கும் பழக்கமும் உண்டு. கிராமப்புறக் கத்தோலிக்கர்களிடம் இப்பழக்கம் நிலவுகிறது.

பிற சடங்குகள்

தமிழக நாட்டார் சமய வழிபாட்டில் இடம்பெற்றுள்ள பின்வரும் சடங்குகளும் நம்பிக்கைகளும் தமிழகக் கத்தோலிக்கர் களிடம் ஆங்காங்கே இடம்பெற்றுள்ளன.

- தேர், சப்பர உலாக்களை நடத்துதல்.
- பிள்ளை வரம் வேண்டி கரும்புத் தொட்டில் சுமந்து தேவாலயத்தை வலம்வரல்.
- உடலில் ஒரு குறிப்பிட்ட உறுப்பில் ஏற்படும் நோய் தீர, அவ்வுறுப்பைப் போன்று உலோகத்தால் அல்லது மரத்தால் செய்து காணிக்கையாகச் செலுத்துதல்.
- நேர்த்திக்கடனாகத் தலையை மொட்டையடித்தல், காதில் வாளிபூறுதல்
- நேர்ச்சைப் பொருளாக உப்பு மிளகைக் கலந்து படைத்தல். அதைப் புனிதப்பொருளாக வீட்டிற்கு எடுத்துவந்து நோய் தீர்க்கும் மருந்தாகப் பயன்படுத்தல்
- தேர்ந்தெடுத்த சில குறிப்பிட்ட தேவாலயங்களுக்குத் 'திருயாத்திரை' என்ற பெயரில் கால்நடையாக நடந்து செல்லுதல்
- சில கல்லறைகள் ஆற்றலுடையன என்று நம்புதல் இந்நம்பிக்கையின் அடிப்படையில், பொங்கலிடல், கல்லறையின் மீது எண்ணெய் அல்லது பாலை ஊற்றி

அதை வழித்தெடுத்து வந்து ஆற்றலுடைய மந்திரப் பொருளாகக் கருதிப் பயன்படுத்தல்.

மேற்கூறிய நம்பிக்கைகளும் சடங்குகளும் ஏதேனும் ஒரு வகையில் கத்தோலிக்கத்துடன் இணைந்துள்ளன.

இறந்த வீடுகளில் ஒப்பாரிவைப்பதைக் கைவிடும்படி பதினான்காம் நூற்றாண்டில் அண்டிரிக் அடிகளார் கூறியுள்ளதைத் தொடக்கத்தில் கண்டோம். ஆனால் அவருக்குப் பின், யேசு மரித்ததின் நினைவாக ஆண்டுதோறும் நிகழும் புனித வெள்ளிக் கிழமை 'ஆசந்தி' ஊர்வலத்தில் ஊரவர் அனைவரும் வியாகூல மாதா புலம்பல் என்ற பாடலைப் பாடிச் செல்லும் வழக்கம் உருவாகியுள்ளது. கூர்ந்து நோக்கினால் இதை ஒரு கூட்டு ஒப்பாரி எனலாம்.

புனிதவெள்ளியன்று, வீட்டில் உணவு சமைக்காமை, முற்றம் தெளித்துக் கோலமிடாமை, மொச்சை அல்லது பயறு அவித்தல், மரித்த ஆண்டவரின் சொருபத்துக்கு 'கோடி போடல்' (புதுத் துணி பெரும்பாலும் வேட்டி, அல்லது துண்டு) என்பன தமிழ் நாட்டில் இறப்புச் சடங்குடன் தொடர்புடைய செயல்கள். இவையெல்லாம் திருச்சபையின் அனுமதி பெற்றோ, பெறாமலோ மக்கள் மேற்கொண்ட பண்பாடு ஏற்றல் ஆகும்.

இவையனைத்தும் தமிழக நாட்டார் சமயத்தின் தாக்கத்திற்காட்பட்டவை. இவற்றை அனுமதித்ததன் வாயிலாக, அடித்தள மக்கள் சார்ந்த பண்பாடு ஏற்றலை கத்தோலிக்கத் திருச்சபை ஊக்குவித்துள்ளது.

இருபோக்குகள்

இதுவரை பார்த்த செய்திகளைப் பகுத்துப் பார்க்கும் போது, டி.நொபிலி முற்றிலும் பிராமணியத்துடன் இணைந்த பண்பாடு ஏற்றலை, கத்தோலிக்கத் திருச்சபையில் அறிமுகப் படுத்தியுள்ளார் என்று கூறிவிட முடியாது. அடித்தள மக்கள் சார்ந்த பண்பாடு ஏற்றலையும் அவர் மேற்கொண்டுள்ளமை புலனாகும்.

அவர் அறிமுகப்படுத்திய பிராமண சந்நியாசி முறை, பண்டாரசாமி முறை ஆகியன மறைந்துவிட்டன. இவை தோல்வி யடைந்துவிட்டது என்று கணிப்பது பொருத்தமானதே. அவர் உருவாக்கிய சமஸ்கிருத சுலோகங்கள் வழக்கிழந்து போயின. ஆனால் அவர் ஏற்றுக்கொண்ட தீண்டாமைக் கோட்பாடு எரையூரில் ஆட்சி செலுத்திய வரலாறும், தச்சூரில் அது இன்றும் தொடர்வதும் நாம் அறிந்த ஒன்றுதான்.

குத்துவிளக்கேற்றலும் யேசு காவியமும் பரதநாட்டிய முத்திரைகளும் பண்பாடு ஏற்றலின் அடையாளமாக ஏற்றுக் கொள்ளப்பட்ட அடித்தளக் கத்தோலிக்கர் பின்பற்றும் வியாகுல மாதா புலம்பலுடன் கூடிய ஆசந்தி ஊர்வலத்துக்கு ஆங்காங்கே இன்று தடைவிதிக்கப்படுகிறது.

கூர்ந்து நோக்கினால் அடித்தள மக்கள் பின்பற்றும் பண்பாடு ஏற்றல், அவர்களைப் பார்வையாளர்களாக ஆக்காமல் பங்கேற்பவர்களாக ஆக்குவதைக் காணமுடியும். உளவியல் அடிப்படையில் இது அடித்தளமக்களை கத்தோலிக்கத்துடன் இணைக்கும் செயலாகும். இவ்வுண்மை புறக்கணிக்கப்பட்டு அடித்தள மக்கள் பின்பற்றிவரும் பண்பாடு ஏற்றல் இன்று மெல்ல மெல்ல ஓரங்கட்டப்படுகிறது.

மற்றொரு பக்கம் கத்தோலிக்கத்திலிருந்து ஒரு பகுதியினர் பெந்தகோஸ்தே சபையை நோக்கி இன்று நகரத் தொடங்கி யுள்ளனர். இதற்குப் பல்வேறு, சமூகப் பொருளியல், இறையியல் காரணிகள் உள்ளன. இது தனியாக ஆராயப்பட வேண்டிய ஒன்று. ஆனால் மேலோட்டமாக ஓர் உண்மையைக் கூறமுடியும். குழும உணர்வும் ஆவியிறங்கல் என்ற பெயரில் ஆவிவயப்படுவதாக நிகழும் வழிபாட்டு முறையும் இதில் முக்கிய இடம் வகிக்கின்றன. இவை தொடர்பான நம்பிக்கையும் தமிழக நாட்டார் சமயத்தில் இன்றும் முக்கிய இடத்தைப் பெற்றுள்ளன. தொடக்ககாலக் கத்தோலிக்கப் பரவலின்போது அடித்தள மக்கள் பிரிவினரே அதைத் தழுவினர். அவர்கள் பின்பற்றி வந்த பல்வேறு நம்பிக்கைகளும் சடங்குகளும் கத்தோலிக்கத்தின் அடிப்படைக் கோட்பாடுகளுக்கு முரண்படாத வகையில் தமிழகக் கத்தோலிக்கத் திருச்சபையால் ஏற்றுக்கொள்ளப்பட்டன. அடித்தள மக்கள் சார்ந்த பண்பாடு ஏற்றலாக இவை அமைந்தன, 'கரிஸ்மேட்டிக் மூவ்மண்ட்' என்ற பெயரில் இப்பண்பாடு ஏற்றலை ஓரங்கட்டும் முயற்சி ஆங்காங்கே தொடங்கப்பட்டுள்ளது.

ஆதிக்க சாதியினரின் தீண்டாமைக் கோட்பாட்டை டி.நொபிலி உள்வாங்கிக்கொண்டார். இது மேட்டிமையோரின் ஆதிக்கப் பண்பாட்டை உள்வாங்கிக்கொண்ட பண்பாடு ஏற்றலாகும் இதை இன்னும் தொடர விட்டுவிட்டு, அடித்தள மக்கள் சார்ந்த பண்பாடு ஏற்றலை மட்டும் புறந்தள்ளுவது வேடிக்கையான ஒன்றுதான்.

அடித்தள மக்கள் பின்பற்றும் பண்பாடு ஏற்றலைப் புறந்தள்ளும்போது அந்த இடத்தை எதை இட்டு நிரப்பப் போகிறோம் என்பதை ஆராயவேண்டிய கட்டாயம் இன்று கத்தோலிக்கத் திருச்சபையின் முன் உள்ளது.

பயன்பட்ட நூல்கள்

இராசமாணிக்கம்.ச. (பதிப்பாசிரியர்) (1971)
அடியார் வரலாறு தூத்துக்குடி

இராபர்ட் சத்திய ஜோசப் (2002)
சமூகவியல் மற்றும் மானிடவியல்
கலைச்சொல் விளக்க அகராதி

பக்தவத்சல பாரதி 1990 பண்பாட்டு மானிடவியல்,
மணிவாசகர் பதிப்பகம், சென்னை.

Gnanapragasam.V.M – Beschi and Inculturation,
Jesuit Presence in India History,
Edited by Anand Amaliadass (1988),
Gujarat Sahitya Prakash,
Anand.

Rajamanickam (1972),
The First Oriental Scholar.

Thekkadath Joesph (1982),
History of Christianity Vol.II,
Theological Publications in India,
Bangalore.

Zupanov INES G. (1999),
Disputed Mission,
Oxford Delhi.

தமிழக மறைத்தள வரலாற்று வரைவும் கால்டுவெல்லும்

வரலாறு என்ற அறிவுத்துறையானது, தொடக்கத்தில் நாடுகளையும், அவற்றை ஆட்சி செய்த மன்னர்களையும், அவர்கள் நடத்திய போர்களையும் மையமாகக் கொண்டிருந்தது. வீரன் (தலைவன்) ஒருவனோ, பல வீரர்களோ வரலாற்றின் மையப் பாத்திரங்களாக விளங்கினார்கள். இந்நிலையே நீண்டகாலம் நீடித்தது.

மக்களாட்சியை மையமாகக் கொண்ட சிந்தனைகள், அரசியல் எல்லையைத் தாண்டி அறிவுத்துறைகளுக்குள்ளும் செல்வாக்கு பெறத் தொடங்கியபோது, வரலாறு என்ற அறிவுத்துறையிலும் அதன் தாக்கம் ஏற்படலாயிற்று. வரலாறென்பது மக்களை மையமாகக் கொண்டதாக மாறலாயிற்று. அத்துடன் சமூக வரலாறு, அடித்தள மக்கள் வரலாறு, பண்பாட்டு வரலாறு எனப் பல புதிய வரலாற்று வகைமைகள் தோற்றம் பெற்றன.

இவ்வாறு வரலாற்றுக் கல்வியில் அறிமுகமான புதிய வகைமைகளில் ஒன்றாக மறைத்தள வரலாறு *(Mission History)* என்பது அமைகிறது. ஆனால் இன்றுவரை மறைத்தள வரலாறென்பதை முற்றிலும் கிறித்துவம் சார்ந்ததாகக் கருதும்போக்கு தமிழ்நாட்டில் நிலவுகிறது. இக்காரணத்தாலேயே 'வரலாற்றை வரையும் கலை' என்று குறிப்பிடப்படும்

வரலாற்று வரைவியல் *(Historiography)* பாடத்தில் மறைத்தள வரலாறு தொடர்பான பதிவுகள் எவையும் இல்லை. தமிழ்நாட்டின் சமூக வரலாற்றில் கிறித்தவ மதமாற்றம் ஏற்படுத்திய தாக்கத்தை வரலாற்றுக் கண்ணோட்டத்துடன் அணுகும் பார்வை உருவாகவில்லை.

அதேநேரத்தில் மறைத்தள வரலாற்றின் தேவை குறித்த சிந்தனை இன்று உருவாகியுள்ளது. இதுதொடர்பாக ஹெய்க்லிபோ *(2013 : 21 – 26)* என்ற ஜெர்மானியர் தரங்கம்பாடி மறைத்தளம் குறித்த தன் நூலில் சமூக வரலாற்றாய்வில் மறைத்தள ஆவணங் களின் பயன்பாடு குறித்து விவாதித்துள்ளார்.

இத்தகைய கருத்துக்களைப் புறக்கணிக்க இயலாத நிலையில் இந்திய வரலாற்றாய்வுக் கழகத்தின் *(Indian Council of Historical Research)* ஆதரவுடன் 2011ஆம் ஆண்டில் வெளியான 'வரலாற்றணுகுமுறைகள்: இந்திய வரலாற்று வரைவியல் கட்டுரைகள் *(Approaches to History Essays in Indian Historiography, Edited by: Sabyasachi Bhattacharya)* என்ற கட்டுரைத்தொகுப்பு நூலில் மறைத்தள வரலாறு தொடர்பான கட்டுரையொன்றும் இடம்பெற்றுள்ளது

Christian History as Indian Social History, (John B.Webster, 2011:159 – 197) என்ற தலைப்பிலான இக்கட்டுரையை ஜான்.சி.பி. வெப்ஸ்டர் என்பவர் எழுதியுள்ளார். வரலாற்றுப் பேராசிரியரான இவர் கட்டுரையின் தலைப்பிற்கேற்ப இந்தியக் கிறித்தவத்தின் வரலாற்றை இந்தியாவின் சமூக வரலாற்று வரைவுக்குத் துணையாகக் கொள்வது குறித்து விவாதித்துள்ளார்.

கிறித்துவம் தொடர்பான வரலாற்றுச் செய்திகளை இச்சமயத்தின் எல்லையைக் கடந்த சமூக வரலாற்று வரைவுக்கான தரவுகளாகக் காணும் சிந்தனைப்போக்கு வளர்ச்சி பெற்றுள்ள இன்றையச் சூழலில், தமிழக மறைத்தள வரலாறு தொடர்பான கால்டுவெல்லின் எழுத்துக்களை ஆராய்வது பொருத்தமாக இருக்கும். இதன் முதற்கட்டமாக மறைத்தள வரலாறு என்பது குறித்த ஒரு சிறிய அறிமுகத்தைச் செய்து கொள்வது அவசியம்.

மறைத்தள வரலாறு

மிஷன் *(Mission)* என்ற ஆங்கிலச்சொல் ஒரு குறிப்பிட்ட சமயத்தைப் பரப்பும் பணியில் ஈடுபடும் ஒரு தனிமனிதனையோ அல்லது அப்பணியில் ஈடுபடும் குழுவையோ குறிப்பிடும். சமயப் பணிக்கான கட்டடங்கள் உள்ள பகுதியும் மிஷன் என்றே அழைக்கப்படும். ஒரு மிஷனில் பணிபுரிபவர்கள்

மிஷினரிகள் *(Missionaries)* என்றழைக்கப்படுவர். மிஷன் என்பதை மறைத்தளம் என்றும், மிஷனெரிகளை மறைப்பணியாளர்கள் என்றும் குறிப்பிடலாம்.

சமயத்தைப் பரப்பும் மறைப்பணியாளர்கள் ஒரு நாட்டின் ஒரு பகுதியில் மறைத்தளத்தை நிறுவி அதன் கட்டுப்பாட்டின்கீழ் பல்வேறு பகுதிகளில் மறைப்பணியாற்றுவர். இவ்வாறு அவர்கள் உருவாக்கும் அமைப்பும் மிஷன் என்றே அழைக்கப்படும். ஒரு மறைத்தளமானது அது செயல்படும் ஊர் அல்லது வட்டாரத்தின் பெயரால் அல்லது நாட்டின் பெயரால் அழைக்கப்படுவதும் உண்டு.

ஒரு மறைத்தளத்தின் வரலாறு என்பது மதமாற்றம் மற்றும் அறப்பணிகள் தொடர்பான வரலாறாக மட்டுமின்றி, அப்பணிகள் நிகழ்ந்த குறிப்பிட்ட காலத்திய சமூக வரலாறுமாகும்.

கால்டுவெல்லின் பங்களிப்பு

தமிழ்நாட்டில் கிறித்தவ சமயப் பரப்பலில் பல்வேறு அய்ரோப்பிய நாட்டு மறைப்பணியாளர்கள் ஈடுபட்டிருந்தாலும் அவர்களில் தமிழ்மொழியறிவுடன் நூலாசிரியர்களாக விளங்கியோரின் பெயர்களே பரலவாக அறிமுகமாகியுள்ளன. 'திராவிட மொழிகளின் ஒப்பிலக்கணம்' என்ற தலைப்பில் 1856இல் கால்டுவெல் வெளியிட்ட நூலே தமிழ் அறிஞர் என்ற தகுதியை அவருக்கு வழங்கியுள்ளது. இந்நூலைத் தவிர்த்து வரலாறு, சமயம் என்ற துறைகளிலும் பங்களிப்பு செய்துள்ளார். அவருடைய வரலாற்றை விரிவாகவும் ஆழமாகவும் எழுதியுள்ள வின்சென்ட் குமாரதாஸ் *(2008 : 283 – 284)* கால்டுவெல்லின் தேர்வு செய்யப்பட்ட நூல்கள் மற்றும் கட்டுரைகளின் பட்டியலை இரண்டு பக்க அளவுக்குத் தொகுத்துள்ளார்.

இப்பட்டியலில் முதல் நூலாக இடம்பெறுவது 1845இல் இலண்டனில் வெளியான *'Mission of Edayankudy in the District of Tinnevelly, and the Diocese of Madras'* என்ற நூல்தான். அவர் பணியாற்றிய இடையன்குடி மறைத்தளத்தின் வரலாறாக இது அமைந்துள்ளது. இதையடுத்து மறைத்தள வரலாறு தொடர்பான அவரது நூல்களாகப் பின்வரும் இரண்டு நூல்கள் அமைகின்றன.

1) Lectures on the Tinnevelly Missions, Descriptive of the Field, the Work, and the Results : with Introductory Lecture on the Progress of Christianity, (1857).
2) Records of the Early History of the Tinnevelly Mission of the Society for Promoting Christian Knowledge and the Society for the Propagation of the Gospel in Foreign Parts, (1881).

இவ்விரு நூல்கள் தவிர அவர் எழுதிய 'திருநெல்வேலி சாணார்கள்' (1849), 'திருநெல்வேலி வரலாறு' (1881) என்ற நூல்களிலும் கிறித்தவம் தொடர்பான செய்திகள் இடம் பெற்றுள்ளன. இவைதவிர ஆங்கிலத்தில் கட்டுரைகள் சில எழுதியுள்ளார். அவற்றுள் கிறித்தவர்கள் குடுமி வைப்பது தொடர்பாக உருவான சிக்கலை மையமாகக் கொண்டு எழுதப் பட்ட *'Observation on the Kudumi'* என்ற கட்டுரை முக்கியமான ஒன்றாகும். இவைதவிர கால்டுவெல்லின் மருமகன் வயட் தொகுத்துப் பதிப்பித்து 1894இல் வெளியிட்ட *'Reminiscenes of Bishop Caldwell'* என்ற நூலும் இவ்வகையில் குறிப்பிடத்தக்கது. 'மலரும் நினைவலைகள்' (2005) என்ற தலைப்பில் இது தமிழில் மொழிபெயர்க்கப்பட்டுள்ளது.

மேற்கூறிய அவரது படைப்புகளில் குடுமி தொடர்பான அவரது கட்டுரையைத் தவிர்த்து ஏனைய நூல்கள் திருநெல்வேலிப் பகுதியை மையமாகக் கொண்டவை. இதனால் இவற்றில் வட்டாரத்தன்மை மேலோங்கி இருக்கும் என்று கருதி இவற்றை ஒதுக்கிவிட முடியாது. ஏனெனில் அன்றைய சென்னை மாநிலத்தில் கிறித்தவம் அழுத்தமாகக் காலூன்றிய பகுதியாக திருநெல்வேலி மாவட்டம் இருந்தது.

இதன் அடிப்படையில் கால்டுவெல்லின் மேற்கூறிய நூல்கள் குறிப்பிடும் செய்திகளில் இருந்து சில பொதுத் தன்மைகளை நாம் இனங்காண முடியும். மேற்கூறிய நூல்கள் ஒவ்வொன்றையும் தனித்தனியாக அறிமுகம் செய்வதைவிட அவற்றில் இடம்பெற்றுள்ள செய்திகளைச் சில குறிப்பிட்ட தலைப்புகளில் அறிமுகம் செய்வது சுருக்கமாக அமையும். இக்கருத்தின் அடிப்படையில்,

1. மதமாற்றத்தின் நோக்கம்
2. சாதிய உணர்வு
3. அய்ரோப்பிய இன மையவாதம்
4. பண்பாடு ஏற்றல்

என்ற நான்கு தலைப்புகளில் மறைத்தள வரலாறு தொடர்பான சில செய்திகளை இக்கட்டுரை அறிமுகம் செய்கிறது.

மதமாற்றத்தின் நோக்கம்

மதமாற்ற நிகழ்வை தனிமனித மதமாற்றம், குழும மதமாற்றம் என இரண்டாகப் பகுக்கலாம். திருநெல்வேலி பகுதியில் அதிக அளவில் குழும மதமாற்றமே நிகழ்ந்தது. உலகியல் ஆதாயங்கள்

குறிப்பாகப் பொருளியல் உதவி மதமாற்றத்திற்கான காரணம் என்பது கிறித்தவர் அல்லாதாரின் கருத்தாகும். இக்கருத்தை மையமாகக் கொண்டே 'சோற்றுக் கிறித்தவர்கள்' என்ற சொல் உருவானது. இக்கருத்து தவறானது என்று கால்டுவெல் *(1881: 76 – 77)* விளக்கமளித்துள்ளார். அதன் சுருக்கம் வருமாறு:

> *மதம் மாறியவர்களுக்குப் பணம் கொடுக்கப்பட்டதாகக் கருத்து நிலவியது. ஆனால் அது உண்மையல்ல. ஏழை விதவைகள் ஒருசிலர் பணஉதவி பெற்றனர்.*
>
> *மிஷன் மிகவும் ஏழ்மை நிலையில் இருந்தது. மிஷன் பணியாளர்களுக்கு ஊதியம் குறைவாக இருந்ததுடன், அதுவும் உரிய காலத்தில் வழங்கப்படவில்லை. கிறித்தவர்களாக மாறினால் வரி செலுத்துவதில் இருந்து விலக்களிக்கப்படுவார்கள் என்று சிலர் கருதினார்கள். உண்மை இதற்கு நேர்மாறாக இருந்தது. சிறு அதிகாரிகளும் ஊர்ப் பெரிய மனிதர்களும் பெருமளவிலான மத மாற்றத்தால் எரிச்சலடைந்தார்கள். இதனால் புதிதாக மதம் மாறியவர்களுக்கு இயன்ற வகையில் தொல்லை யளித்தார்கள். அவர்கள் மேற்கொண்ட வழிமுறை என்னவென்றால் கிறித்தவர்களாக மாறியோர் வரிசெலுத்த மறுக்கிறார்கள் என்று மேலதிகாரிகளிடம் குற்றம்சாட்டுவது. அக்காலத்திய வழிமுறைப்படி அடித்துக் கொடுமைப்படுத்தி வரிசெலுத்தும்படி கட்டாயப்படுத்தினர். கலெக்டரைச் சுற்றி பிராமண அதிகாரிகள் சூழ்ந்துள்ளனர்.*

ஒருவர் கிறித்தவராக மதம் மாற விரும்பினால் அவரிடம் எத்தகைய அணுகுமுறையைக் கடைபிடிக்க வேண்டும் என்பது குறித்து கோல்ப் *(Kohlhoff)* என்ற அய்ரோப்பிய குரு எழுதியுள்ளதை கால்டுவெல் *(1881: 78)* எடுத்துக்காட்டியுள்ளது வருமாறு:

> *புறச்சமயிகளோ ரோமன் கத்தோலிக்கர்களோ நற்செய்தியைத் தழுவிக்கொள்ள விரும்பினால் உரிய பிரார்த்தனைகளையும் அடிப்படைக் கிறித்தவப் புனித நூல்களையும் கற்றுக்கொள்ள வேண்டும். அப்படி இல்லாத நிலையில் எந்தவகையிலும் அவருக்குத் திருமுழுக்கு வழங்கக் கூடாது. அல்லது திருச்சபைக்குள் சேர்த்துக்கொள்ளக் கூடாது. அவர்களுடைய நோக்கத்தை நன்றாக விசாரித்தறிந்து கொள்ள வேண்டும். உலகியல் நோக்கங்களுக்காக மதம்மாற வருபவர்களை நிராகரிக்க வேண்டும்.*

கோல்ப் அய்யரின் அக்கூற்றைக் குறிப்பிடும் கால்டுவெல் 1806ஆம் ஆண்டில் திருமுழுக்கு பெற விரும்பிய சிலரின் நோக்கம் குறித்துப் பின்வருமாறு பதிவு செய்துள்ளார் (மேலது 147).

> தன் இரு சகோதரர்கள் பனைமரத்தில் இருந்து விழுந்து பிசாசினால் நெஞ்சில் மரணக்காயம் அடைந்துள்ளதாகவும், இதிலிருந்து விடுபட மதம் மாற விரும்புவதாகவும் ஒருவர் கூறியுள்ளார். நல்ல கண், நல்ல கை, நல்ல இதயம் வேண்டியும் மதமாற்றத்தை விரும்பியுள்ளனர்.
>
> இஸ்லாமிய நெசவாளி ஒருவர் திருமுழுக்கு பெற விரும்பினார். இதுதொடர்பாக விசாரித்ததில் கடன்தொல்லையில் இருந்து விடுபடவே அவர் மதம்மாற விரும்புவது தெரியவந்தது. (மேலது 163)

கிறித்தவ மதம் மாற்றம் குறித்து மட்டுமன்றி இஸ்லாமிய மதம்மாற்றம் குறித்த செய்தியொன்றையும் கால்டுவெல் (1881 : 159) குறிப்பிட்டுள்ளார்.

இஸ்லாமியப் படையெடுப்பு ஒன்றின்போது திருநெல்வேலி மாவட்டத்தின் அமராபுரம், படுக்கப்பத்து என்ற ஊர்களில் வாழ்ந்த ஒரு குறிப்பிட்ட சாதியினர் மீது வரி விதிக்கப்பட்டதாகவும், அதில் இருந்து விடுபட அவர்கள் இஸ்லாமியர்களாக மாறியுள்ளதாகவும் அவர் எழுதியுள்ளார். இச்செய்தியைக் குறிப்பிட்டுவிட்டு 'ஆண்டுக்கு பதினெட்டு பென்சுக்காக இம்மனிதர்கள் மதம்மாறி சுன்னத் செய்து கொண்டார்கள்' என்று 21.10.1806இல் ரிங்கல் தோபே என்ற அய்ரோப்பிய மதகுரு எழுதியுள்ளதையும் எடுத்துக்காட்டுகிறார். இச்செய்தியின் உண்மைத்தன்மை ஆய்வுக்குரிய ஒன்று.

கிறித்தவர்களாக மதம்மாறியவர்களில் ஒரு சிலர் ஆங்கிலேயரின் மதத்தைத் தழுவியமையால் வரிவிலக்கு பெறலாம் என்று அப்பாவித்தனமாக நம்பியுள்ளனர். இந்நம்பிக்கையில் இருந்து அவர்களை விடுவிக்க வேண்டியதன் அவசியத்தை வெளிப்படுத்தும்வகையில் சென்னை வேப்பேரியில் இருந்த ஜெர்க்கி என்ற அய்ரோப்பிய மதகுருவுக்கு நெல்லை மாவட்டத்தின் ஆட்சித் தலைவராயிருந்த லூசிங்டன் கடிதம் ஒன்றை எழுதினான். அக்கடிதத்தில் 'சீசருக்குரியதை சீசருக்கும் தேவனுக்குரியதை தேவனுக்கும் கொடுங்கள்' என்ற விவிலியத் தொடரை (மத்தேயு 22 : 21) அழுத்தம் கொடுத்து புதிய கிறித்தவர்களுக்குக் கற்றுக்கொடுக்கும்படி எழுதியுள்ளான் (கால்டுவெல் 1881: 87 – 88). மறவர் சாதியினரை கிறித்தவ சமயத்தில் சேர்ப்பது குறித்த விவாதமும் நடந்துள்ளது (மேலது 89 – 91).

சாதிய உணர்வு

தன் உறுப்பினர்களிடையே சமத்துவத்தைப் போதிக்கும் சமயமாகக் கருத்துநிலையில் கிறித்தவம் காட்சியளித்தாலும் தமிழ்நாட்டைப் பொருத்த அளவில் சாதியத்தை உள்வாங்கிய சமயமாகவே இன்றுவரை அது விளங்குகிறது. சீர்திருத்தக் கிறித்தவத்தின் பரவலில் சாதியம் இடம்பெற்றிருந்ததை கால்டுவெல் பதிவு செய்துள்ளார். திருநெல்வேலி மாவட்டத்தின் தேரிக்காட்டுப் பகுதியிலுள்ள விஜயராமபுரம் என்ற கிராமத்திற்கு வேளாளச் சாதியைச் சேர்ந்த வேதமுத்து என்ற உபதேசியார் சமயப்பணிக்காகச் சென்றபோது, தம்முடன் அரிசியும் எடுத்துச்சென்று கிணற்றருகில் சமைத்து உண்டார். அவ்வூரில் வாழ்ந்த கிறித்தவர்கள், நாடார் சாதியினர் என்பதுதான் இதற்குக் காரணம். கிணறு தீட்டைப்போக்கும் தன்மையது என்ற நம்பிக்கை உண்டு. இந்நம்பிக்கையிலேயே கிணற்றருகில் சமைத்துள்ளார்.

ஒருவர் கிறித்தவர் என்பதன் அடையாளமாக, கிறித்தவத் தேவாலயத்தில் திருமுழுக்கு பெறுவது அவசியம். இவ்வாறு திருமுழுக்கு பெறுபவர்களின் பெயர்களைப் பதிவுசெய்ய திருமுழுக்குப் பதிவேடு ஒன்று தேவாலயத்தில் பராமரிக்கப்படும். திருநெல்வேலி நகரில் முதல்முறையாகத் திருமுழுக்கு பெற்ற கிறித்தவர்களின் பெயர்ப்பட்டியலைத் தேடிப்பிடித்து கால்டுவெல் வெளியிட்டுள்ளார். இப்பட்டியலில் திருமுழுக்கு பெற்றவர்களின் சாதியும் குறிப்பிடப்பட்டுள்ளது. சான்றாக தஞ்சை மராத்திய குடும்பத்தைச் சேர்ந்த பெண் திருமுழுக்கு பெற்றது, 'கிளாரிந்தாள் பிராமணச்சாதி' என்று பதிவாகியுள்ளது. கிறித்தவச் திருச்சபையின் ஆவணத்திலேயே சாதி இடம்பெற்றுள்ளதானது, தீமையான ஒன்றாகச் சாதியைக் கருதவில்லை என்பதன் வெளிப்பாடாகும்.

பண்பாடு ஏற்றல்

அய்ரோப்பியக் காலனியவாதிகளால் அறிமுகமானது என்றாலும் கிறித்தவம் தமிழ்நாட்டின் பண்பாட்டுக் கூறுகளையும் அடையாளங்களையும் ஏற்றுக்கொண்டுள்ளது.

தமிழ்நாட்டில் பாரம்பரியத் தொழில்களை மேற்கொள்வோர் தெய்வங்களை வழிபட்டே தொழிலைத் தொடங்குவது மரபு.

சான்றாக வேளாண்மைத் தொழிலில் நாற்று நடும்போதும், களத்தில் பொலி தூற்றும்போதும் வழிபாடு மேற்கொள்வர். பனையிலிருந்து பதநீர் இறக்கும் பருவம் தொடங்கும்போதும் இதுபோன்று வழிபாடுகள் நடப்பது வழமையான ஒன்று.

இம்மக்கள் கிறித்தவராக மாறியபோது இவ்வழிபாடு கிறித்தவ சமயம் சார்ந்து நிகழ்ந்துள்ளது. இதுகுறித்து,

> 'பனைஏறும் பருவகாலத்தில் சிறப்பு வழிபாடுகள் தேவாலயத்தில் நிகழ்ந்தன. பனை நன்றாகப் பயன்தரவும், பனை ஏறுபவர்கள் பனையிலிருந்து கீழே விழாமல் இருக்கவும் வேண்டுதல்கள் நிகழ்த்தப்பட்டன'

என்று கால்டுவெல் *(1857 : 31)* குறிப்பிட்டுள்ளார். தமிழ்நாட்டில் வாழ்ந்த ஒவ்வொரு சாதியினரும் குடுமி வைத்தலை மரபாகக் கொண்டிருந்த காலகட்டத்தில் கிறித்தவம் பரவியது. புதிய கிறித்தவர்கள் தம் பழைய அடையாளங்களைத் துறந்துவிட வேண்டுமென்பது சீர்திருத்தக் கிறித்தவ சபையின் கருத்தாக இருந்தது. குடுமி வைத்தலையும் ஒரு சமய அடையாளமாகக் கருதிய மறைப்பரப்பாளர்கள் அதை நீக்கிவிடச் சொன்னார்கள். இது எதிர்ப்பை உண்டாக்கியது.

'இரட்சண்ய யாத்ரிகம்' நூலை எழுதிய கிருஷ்ண பிள்ளையின் சகோதரர் முத்தையா பிள்ளை கிறித்தவராக மாறியபோது, குடுமியை எடுத்த பின்னரே திருமுழுக்கு வழங்குவோம் என்று மறைப்பணியாளர்கள் கூற அதற்கு உடன்பட முடியாது என்று அவர் உறுதிபடக் கூறிவிட்டார். உயர்குருக்கள்வரை இப்பிரச்சனை சென்றது. குடுமியை நீக்கவேண்டாம் என்று அவர்கள் முடிவுசெய்த பின்னரே, அவர் திருமுழுக்கை 1877 ஏப்ரலில் பெற்றுக்கொண்டார் *(ஞானசிகாமணி .வி. 1977 : 32)*.

திருநெல்வேலி மாவட்டம் மெஞ்ஞானபுரம் என்ற ஊரில் பெரிய அளவிலான தேவாலயத்தைக் கட்டிய ஜான் தாம்ஸ் என்ற அய்ரோப்பிய மதகுரு கிறித்தவர்கள் குடுமியை நீக்கிவிட வேண்டும் என்ற கருத்தில் உறுதியாக இருந்தார் *(வின்சென்ட் குமாரதாஸ் 2008 : 171)*. கால்டுவெல் இக்கருத்துக்கு மாறாக இருந்தார். இதுதொடர்பாக அவர் எழுதிய ஆங்கிலக் கட்டுரையில் *(1875 : 167)* குடுமி வைக்காத நாட்டுக்கோட்டை செட்டியார் சாதியினரைக் கோவிலுக்குள் அனுமதிப்பதையும் குடுமி வைத்துள்ள நாடார், பள்ளர், பறையர் சாதியினரைக் கோவிலுக்குள் நுழைய அனுமதிக்காததையும் சுட்டிக்காட்டி குடுமியைவிட சாதியே இத்தடைக்குக் காரணம் என்று குறிப்பிட்டார். குடுமி மத அடையாளமா, சாதி அடையாளமா என்ற வினாவையெழுப்பி, சமயம் சாராது சாதி சார்ந்த அடையாளம் என்று இக்கட்டுரை விடையளித்தது. கிறித்தவர்கள் குடுமி வைத்துக்கொள்வதை அனுமதிக்கலாம் என்ற முடிவுக்கு அவர் வந்துள்ளார் *(கால்டுவெல் 1875 : 173)*. குடுமி தொடர்பான

அவரது இம்முடிவில் சாதியத்தை அனுமதிக்கும் உணர்வு இடம்பெற்றுள்ளது கவனிப்பிற்குரியது.

இனமையவாதம்

அய்ரோப்பிய மறைப்பணியாளர்கள் பலர் அய்ரோப்பிய இனமையவாதச் சிந்தனைக்கு ஆட்பட்டவர்கள். கால்டுவெல் லிடமும் இது இருந்துள்ளது. இதற்குச் சரியான எடுத்துக்காட்டாக அமைவது நாடார் சமூகம் குறித்து 1849இல் அவர் எழுதிய சிறு நூலாகும். இந்நூலை எழுதியதற்கான நோக்கம் குறித்து,

> 'சாணார்களை நான் நேரில் பார்த்தவாறே விவரித்ததன் நோக்கம் என்னவென்றால் அவர்கள் மீது அன்பை ஏற்படுத்தி, அவர்களின் கல்விக்காவும் மேம்பாட்டிற்காகவும் இங்கிலாந்து நாட்டு நண்பர்களிடமிருந்து நிதி திரட்டுவதற்கே அல்லாமல் வேறு எதற்குமில்லை.'

என்று கால்டுவெல் தமது நினைவலைகள் (2005 : 106) நூலில் குறிப்பிட்டுள்ளார்.

மறைப்பணிகளுக்கு நிதி வேண்டி ஒரு சமூகத்தைக் குறித்த எதிர்மறைச் செய்திகள்மிக்க இனவரைவியல் நூலொன்றை எழுதியது கால்டுவெல்லின் எழுத்துப்பணியில் ஏற்பட்ட பெரும் விபத்தாகும். பின்னர் இந்நூலின் விற்பனையை அவர் நிறுத்தி வைத்துவிட்டார். இம்மக்கள் தரப்பில் இருந்து ஏற்பட்ட எதிர்ப்பே இதற்குக் காரணமாகும்.

இந்திய நாகரிகம் தேக்க நிலையில் உள்ளதாகவும், அய்ரோப்பிய நாகரிகத்தைவிடத் தாழ்ந்ததென்றும் அவர் கருதினார். (வின்செண்ட் குமாரதாஸ் 2008 : 153). இப்பார்வை அவரிடம் மட்டும் இருக்கவில்லை, பல அய்ரோப்பிய மறைப் பணியாளர்களிடமும் இருந்த ஒன்றுதான்.

தீண்டாமையும் சாதிய வேறுபாடுகளும், சாதியக் கொடுமைகளும் ஆழமாகக் காலூன்றியிருந்த சமூக அமைப்பில் கல்வி, மருத்துவம் என்ற இரண்டு அடிப்படைத் தேவைகளையும் அடித்தள மக்களிடம் கொண்டு சென்றதில் கிறித்தவ மறைப்பணியாளர்களுக்கு முக்கியப் பங்குண்டு. சக மனிதர்களைச் சாதியின் பெயரால் கொடுமைப்படுத்திய ஒரு சமூக அமைப்பில் மாற்றுச் சிந்தனைகளை அறிமுகப்படுத்திய பெருமை இவர்களுக்குண்டு. இந்நாட்டின் பாரம்பரிய சமயங்களைச் சார்ந்த ஆச்சாரியார்களும் ஜீயர்களும் தம்பிரான்களும் கண்டுகொள்ளாமல் புறக்கணித்த ஒடுக்கப்பட்ட மக்களிடம் பணிபுரிந்து அவர்களது சமூக உயர்வுக்குத் துணைநின்றவர்கள்.

இருந்தபோதிலும் நாகரிகத்தின் ஒளியை இம்மக்களிடம் பாய்ச்சும் அதிகாரம் தங்களுக்கே உரியது என்ற இறுமாப்புணர்வும் இவர்களில் பலரிடம் குடிகொண்டிருந்தது. அவர்களின் மனிதநேயம்மிக்க பிறர் அன்புப்பணி இக்குறைபாட்டை மறைத்துவிடுகிறது.

முடிவுரை

வட்டார வரலாறு அல்லது தல வரலாறு என்ற பெயரில் குறிப்பிட்ட பகுதியின் வரலாற்றை ஆழமாக எழுதும் வரலாற்று வரைவு இன்று அறிமுகமாகியுள்ளது. குறிப்பிட்ட வட்டாரத்தின் சமூகப் பொருளியல் பண்பாட்டு வரலாற்றை இது மையமாகக் கொள்கிறது. இவ்வரலாற்று வரைவுக்கான ஆவணங்களில் மறைத்தள வரலாறு தொடர்பான ஆவணங்கள் முக்கியப் பங்கு வகிக்கின்றன.

இத்தகையப் பயன்மிக்க மறைத்தள வரலாற்றுக்கு கால்டுவெல்லின் பங்களிப்பு சிறப்பாக உள்ளது. தனக்கு முன்னால் பணியாற்றியவர்களின் எழுத்துப்பதிவுகளைச் சேகரித்துத் தொகுத்துள்ளார். அவற்றை நூலாக வெளியிட்டு ஆவண மதிப்பு அவற்றுக்குக் கிட்டும்படிச் செய்துள்ளார். தன்னுடைய சொந்த அனுபவங்களை எழுத்துவடிவில் பதிவு செய்து நூலாக்கியுள்ளார்.

இவ்விரு செயல்களின் வாயிலாகத் தரவுகளின் அழிவைத் தடுத்ததுடன், மறைத்தள வரலாற்று வரைவுக்குத் தன் பங்களிப்பைச் செய்துள்ளார். சமய எல்லையைக் கடந்து தமிழ்நாட்டின் சமூக வரலாற்று வரைவுக்கு அவரது இப்பணி பெரிதும் துணை நிற்கிறது.

துணை நூற்கள்

1. Caldwell, Robert., (1857), Lectures on the Tinnevelly Missions, Descriptive of the Field, the Work, and the Results : with Introductory Lecture on the Progress of Christianity.

2. Caldwell, Robert., (1881), Records of the Early History of the Tinnevelly Mission of the Society for Promoting Christian Knowledge and the Society for the Propagation of the Gospel in Foreign Part.

3. Caldwell, Robert., (1845), Mission of Edayankudy in the District of Tinnevelly and the Diocese of Madras.

4. Gnanasikhamani.V., (1977), The Conversion story of H.A.Krishna Pillai and his Family.

5. Heike Liebau, (2013), *Cultural Encounters in India.*

6. John B.Webster, (2011), Christian History as Indian Social History. Approaches to History: *Essays in Indian Historiography.* Sabyasachi Bhattacharya, (ed).

7. Observation on the Kudumi, (1875), The Indian Antiquary, June 1875.

8. Wyatt, J.L., (ed), 1894 Reminiscenes of Bishop Caldwell.

9. *கால்டுவெல், (2005), கனகராஜ் .பி., 'மலரும் நினைவலைகள்' (தமிழ் மொழிபெயர்ப்பு).*

உபதேசியார் சவரிராயன் நாட்குறிப்புகள்

கிறித்தவ சமயத்தின் அடிப்படைச் செய்திகளையும், அச்சமயம் தொடர்பான அறிவுரைகளையும் குறிக்கும் ஆங்கிலச் சொல் *'Catechism'* என்பதாகும். 'சமயத்துறை வினாவிடை ஏடு' என்றும் இச்சொல்லுக்குப் பொருள் உரைப்பர். இச்சொல்லை அடிப்படையாகக் கொண்டே *'Catechist'* என்ற ஆங்கிலச்சொல் உருவாகியுள்ளது. இது ரோமன் கத்தோலிக்க சபையில் கீழ்நிலை ஊழியர் பதவியாக 16ஆம் நூற்றாண்டிற்கு முன்னர் உருவானது. கிறித்தவ சமயத்தின் அடிப்படை உண்மைகளையும் வழிபாட்டு மந்திரங்களையும் சிறுவர்களுக்கும் சிறுமியர்களுக்கும் பெரும்பாலும் வினாவிடை வடிவில் கற்றுக்கொடுப்பதே உபதேசியாரின் பணியாக அய்ரோப்பாவில் இருந்தது. இதனால் ஒருவகையில் இவர்கள் ஆசிரியர்களை ஒத்தவர்களாக இருந்தனர்.

16ஆம் நூற்றாண்டில் கத்தோலிக்க கிறித்தவம் தமிழகத்தில் தென்மாவட்டங்களின் கடற்கரைப் பகுதிகளில் பரவியது. கி.பி. 1542முதல் கி.பி.1548முடிய புனித சவேரியார் இப்பகுதியில் சமயப்பணி யாற்றினார். குருக்கள் பற்றாக்குறை இருந்த நிலையில் அதை ஈடுகட்டும் முறையாக அய்ரோப்பாவில் இருந்தது போன்று உபதேசியார்களை நியமித்தார். இவர்களைப் புதிய கிறித்தவர்களில் இருந்தே தேர்வு செய்தார். இவர்களுக்கு இவர் வழங்கிய பெயர் 'கணக்கப்பிள்ளை' என்பதாகும். 17ஆம் நூற்றாண்டில்

உள்நாட்டுப் பகுதிகளில் கத்தோலிக்கம் பரவிய நிலையில் அங்கும் கணக்கப்பிள்ளைகள் நியமிக்கப்பட்டனர். இப்பதவிப் பெயரே பின்னர் 'உபதேசியார்' என்று மாற்றமடைந்தது. (18ஆம் நூற்றாண்டில் 'வேதியர்' என்ற சொல்லை வீரமாமுனிவர் பயன்படுத்தியுள்ளார்)

அய்ரோப்பாவில் கிறித்தவம் முழுமையாகப் பரவிய பின்னர் உபதேசியார் பதவி முக்கியத்துவமில்லாத ஒன்றானது. 18ஆம் நூற்றாண்டில் தமிழ்நாட்டில் சீர்திருத்த கிறித்தவம் பரவத் தொடங்கியபோது உபதேசியார் என்ற பதவி தேவைப்பட்டது. இதுகுறித்து கிப்ஸ் (GIBBS: 1965: 7) பின்வரும் செய்திகளைக் குறிப்பிடுகிறார்:

> இந்தியாவில் முதல் சீர்திருத்த கிறித்தவத் திருச்சபையை 1706இல் நிறுவிய 'சீகன்பால்'கும் பிறுட்ஸ்காவும் தரங்கம்பாடிக்கு வந்தனர். உள்ளூர்வாசிகளுடன் தொடர்பை ஏற்படுத்திக் கொள்வதும், அதன் பொருட்டுத் தமிழ்மொழியைக் கற்பதும் அவர்கள் எதிர்கொண்ட சிக்கலாக அமைந்தது.
>
> உள்ளூர்வாசிகளில் ஒரு சிலர் மட்டுமே கிறித்தவராக மாறினர். ஒரு சில அய்ரோப்பிய மறைப்பணியாளர்கள் மட்டுமே இந்தியா முழுமைக்கும் சமயப் பணியாற்ற முடியாது என்பது தெளிவானது. குறைந்த எண்ணிக்கையில் இருந்த சமயப் பணியாளர்களின் எண்ணிக்கையை அதிகரிக்கவும் இந்திய மக்களுடன் தொடர்பு கொள்ளவும் உள்ளூர்க் கிறித்தவர்களின் உதவி அவசியமானதாயிற்று.
>
> மேலும் இந்தியாவின் சாதிமுறை ஒரு சவாலாக விளங்கியது. புதிய கிறித்தவர்கள் சாதியை இழந்ததுடன் குடும்பத்திலிருந்து விலக்கப்பட்டு குடும்பச் சொத்தில் உரிமையையும் இழந்தனர். வாழ்வாதாரத்தை இழந்துவிட்ட இப்புதிய கிறித்தவர்கள் உபதேசியாராகி, குறைந்தளவு ஊதியம் பெறலாம். இவர்களில் ஆற்றல் உடையவர்கள் லூத்தரன் திருச்சபையில் கிராமப்புறக் குருமார்கள் என்ற பெயரில் குருவாக உயரலாம்.
>
> இத்தகைய நாட்டுக் குருக்களை உருவாக்கும் பொருட்டு இறையியல் பள்ளிகளை அவர்கள் நிறுவினர். கிறித்தவக் குடும்பங்களைச் சேர்ந்தோரின் பிள்ளைகள் இப்பள்ளிகளில் மாணவர்களாகச் சேர்க்கப்பட்டார்கள். அதிகபட்சம் முப்பது மாணவர்கள் இப்பள்ளிகளில் இருந்தனர்.
>
> இப்பள்ளிகளில் தமிழும் ஜெர்மனும் கற்றுக் கொடுக்கப் பட்டன. ஏனெனில் தரங்கம்பாடி என்ற கடற்கரையூரை

இருப்பிடமாகக் கொண்டு கிறித்தவப் பரவலை மேற்கொண்ட தொடக்கக் கால மறைப்பணியாளர்கள் ஜெர்மானியர்களாகயிருந்தனர். ஆங்கிலேயர் வருகைக்குப் பின்னர் ஆங்கிலம், லத்தின், கிரேக்கம், ஹீப்ரு ஆகிய மொழிகள் கற்றுக் கொடுக்கப்பட்டன. இம்மொழிகள் தவிர சிறிதளவு கணிதம், வரலாறு, புவியியல், இயற்கை, விஞ்ஞானம் ஆகிய பாடங்களும் கற்றுக் கொடுக்கப்பட்டன. இவைதவிர முக்கியமான பாடங்களாக விவிலியம், கிறித்தவ இறையியல், திருச்சபை வரலாறு ஆகியன கற்றுக் கொடுக்கப் பட்டன. இங்கு பயிலும் மாணவர்களுக்கு உணவு, உறையுள், உடை, புத்தகங்கள் ஆகியன மிஷனரிகளின் செலவில் வழங்கப்பட்டன (மேலது : 7 – 8).

இவ்வாறு பயின்றவர்களில் சிலர் காரியவாதிகளாக மாறி, தாம் பயின்ற கல்வியின் துணையால் அரசுப் பணிகளுக்குச் சென்றுவிட்டனர். எஞ்சியவர்கள் அய்ரோப்பிய மறைப்பணி யாளர்கள் இல்லாத இடங்களில் பணிபுரிய உபதேசியார்கள் என்ற பெயரில் அனுப்பி வைக்கப்பட்டனர். அத்துடன் அய்ரோப்பியக் குருக்களுக்கு உதவியாளர்களாகவும் பணிபுரிந்தனர் (மேலது).

ஒரு கிறித்தவத் தேவாலயத்தை மையமாகக் கொண்டே அய்ரோப்பாவிலிருந்து வந்த போதகர்கள் (ரெவரண்ட்) செயல் பட்டனர். அய்யர் என்ற பெயரிலும் இவர்கள் அழைக்கப்பட்டனர். ஆனால் இவர்கள் தம் இருப்பிடமாகக் கொண்ட ஊரைச் சுற்றிப் பல மைல் தொலைவிலுள்ள கிராமங்களிலுள்ள கிறித்தவர்களிடமும் பணி செய்ய வேண்டியிருந்தது. போக்குவரத்து வசதியில்லாத பத்தொன்பதாம் நூற்றாண்டில் தம் பணிபுரியும் எல்லைக்குள் அடிக்கடிச் சென்று வருவது எளிதானதாக இருக்கவில்லை. இதனால் ஞாயிறு வழிபாடு நடத்த போதகரின் உதவி கிட்டாது போனது. முறை வைத்து ஒவ்வொரு கிராமத் தேவாலயங்களுக்கும் அவர் செல்வதற்கான கால இடைவெளி குறைந்தது ஒன்று அல்லது ஒன்றரை மாதங்களாக இருக்கும். அவர் போகும் ஞாயிற்றுக்கிழமையை விட, போகாத ஞாயிற்றுக்கிழமைகளே அதிகம். இதனால் புதிய கிறித்தவர்கள் வழிபாட்டை நடத்துவதில் ஒழுங்கு தவற இடமிருந்தது.

அத்துடன் எதிர்பாராது நிகழும் மரணங்களில் மரணச் சடங்கை நடத்த போதகர் இல்லாது போவதால், கிறித்தவ முறையிலான அடக்கம் நிகழாது போக வாய்ப்பிருந்தது. திருமுழுக்கு, திருமணம் போன்றவை நிகழும் முன்னர் முன்னேற்பாடுகள் செய்ய வேண்டியிருந்தன. பள்ளிகளில் பணிபுரியும் ஆசிரியர்கள் தம்

சவரிராய பிள்ளை மகன்
யோவான் தேவசகாயம் சவரிராய பிள்ளையும்,
அவர் மனைவி மிக்கேல் அருளம்மாளும்.

பணியைச் செவ்வனே செய்கிறார்களா என்று கண்காணிக்கவும் தேவாலயத்திற்கு உரிமையான சொத்துக்களைப் பராமரிக்கவும் பாதுகாக்கவும், நன்கொடை வாங்கவும் வேண்டியிருந்தது. புதிய கிறித்தவர்களிடையே நிகழும் சிறுபூசல்களைத் தீர்த்துவைக்கும் பணியும் இருந்தது.

எல்லாவற்றிற்கும் மேலாக கிறித்தவ விழுமியங்களுக்கு எதிராகத் தம் பழைய சமயப் பழக்கவழக்கங்களையும் நம்பிக்கைகளையும் புதிய கிறித்தவர்கள் பின்பற்றாது பார்த்துக் கொள்வது அவசியமாயிற்று. புதிதாகப் பலரை கிறித்தவ சமயத்தைத் தழுவும்படிச் செய்ய வேண்டியிருந்தது.

இத்தகைய பரந்துபட்ட பணிகளை ஒரு குறிப்பிட்ட கிராமத்தில் இருந்து மேற்கொள்ளும் பொருட்டு உருவாக்கப்பட்ட பதவியே உபதேசியார் பதவியாகும். உபதேசியார்கள் பணிபுரியும் கிராமங்கள் சிலவற்றை இணைத்து அக்கிராமங்களில் பணிபுரியும் உபதேசியார்களை மேற்பார்வையிட 'விசாரணை உபதேசி' என்ற உபதேசியார் நியமிக்கப்பட்டார்.

உபதேசியார்களின் கடமைகள் என்ன என்பது குறித்து சிறு நூலொன்றும் 18ஆம் நூற்றாண்டில் வெளியாகியுள்ளது. இந்நூலில் உபதேசியார்கள் மேற்கொள்ளவேண்டிய பணிகள் குறித்து சில கட்டளைகள் இடம்பெற்றுள்ளன. அக்கட்டளைகளில் ஒன்று, தமது அன்றாடப் பணிகளை எழுதிவைத்து அதை விசாரணை உபதேசியாரிடம் தரவேண்டும் என்பதாகும். தொடக்கத்தில் இவ்வறிக்கைகள் ஓலையிலும் பின்னர் காகிதத்திலும் எழுதப்பட்டன. திருநெல்வேலியில் தம்மிடம் பணிபுரிந்த உபதேசியார்களுக்கு எழுத்து வடிவில் இட்ட கட்டளையொன்றில்:

> "நாடோறும் நீங்கள் செய்கிற வேலைகளை அதிக விரிவாயும் அதிகச் சுருக்கமாயும் எழுதாமல் ஷை வேலைகள் தெரியும் படிக்கு மாத்திரம் நிதானமாய் எழுதி உங்கள் விசாரணை உபதேசியிடத்தில் ஒப்புவிப்பீர்களாக" (யோ.தே.ச.)

என்று ரேனீயஸ் அய்யர் குறிப்பிட்டுள்ளார். மில்லர் என்ற அய்ரோப்பிய மிஷனரியின் சார்பில் கி.பி. 1842 ஆகஸ்ட் 8இல் அனுப்பப்பட்ட கட்டளைகளில் ஒன்று:

> "... ஒவ்வொரு நாளிலும் தன் கடமையின்படி சபையாருக்கும் முன்பாகத் தான் செய்துவந்த நடவடிக்கைகளைக் குறித்துப் பொருள் விளங்கும்படிக்கு, அவரவர்களுக்குத் தங்கள் தினசரி ரிப்போர்ட்டாகப் பொஸ்தகமாகச் சேர்க்கப்பட்ட ஒரு ஓலை ஏட்டில் எழுதி வாரத்தின் கடைசி நாளாகிய

சனிக்கிழமை தங்கள் ஓலையுடனே தங்கள் சபையை விசாரிக்கிற விசாரணை உபதேசியார் வசஞ் சேரப் பண்ண வேண்டும்” (மேலது).

இவ்விரு கட்டளைகளும் உபதேசியாரின் அறிக்கை களுக்கு அய்ரோப்பிய மிஷனரிகள் கொடுத்த முக்கியத்துவத்தை உணர்த்துகின்றன.

உபதேசியார் அறிக்கைகளின் பயன்பாடு

மேலெழுந்தவாறு நோக்கினால் உபதேசியார் நாட்குறிப்புகள் சமயம் சார்ந்ததாகத் தோன்றும். ஆனால் உபதேசியார்கள், அன்றாடம் மக்களுடன் கலந்து பழகும் பணியின் விளைவாகப் பல்வேறு செய்திகளை அறியும் வாய்ப்பைப் பெற்றிருந்தனர். மேலும் கிறித்தவ மறைத்தளங்களின் கீழ்நிலை ஊழியர்கள் என்ற நிலையில் தம் பகுதியில் நிகழும் பல்வேறு நிகழ்வுகளையும் தாம் மேற்கொண்ட பணிகளையும் தமக்கு மேலேயுள்ளவர்களுக்குத் தெரிவிக்கக் கடமைப்பட்டிருந்தார்கள்.

இதனால் சமூகம் சார்ந்த பல செய்திகளும் இவர்களின் குறிப்பில் இடம் பெறுவது தவிர்க்க இயலாததாயிற்று.

இதன் அடிப்படையில் மத எல்லையைத் தாண்டி, வரலாற்று ஆவணமாகவும் இது விளங்குகிறது. 18ஆம் நூற்றாண்டின் இறுதிப் பகுதியிலும், பத்தொன்பதாம் நூற்றாண்டின் நெடுகிலும் தமிழ்நாட்டின் குறிப்பாகக் கிராமப் பகுதிகளின் சமூகப் பொருளாதார நிலைகளையும், சமூக மாறுதல்கள் நிகழத் தொடங்கியதையும் உபதேசியார் நாட்குறிப்புகள் வாயிலாக அறிய முடிகிறது.

தமிழ்நாட்டின் தொடக்கக்கால அய்ரோப்பிய மறைப் பணியாள ரான சீகன்பால்கும், இவருக்குப் பின்வந்த ரேனியஸ் அய்யரும் ஜெர்மன் நாட்டு கிறித்தவ மிஷனைச் சேர்ந்தவர்கள். இவர்கள் உபதேசியார் பயிற்சியையும் பணிகளையும் முறைப்படுத்தியவர்கள். இதன் அடிப்படையில் ஓலைச்சுவடியிலும் காகிதத்திலும் எழுதப்பட்ட உபதேசியார் நாட்குறிப்புகள் ஜெர்மனியிலுள்ள ஹாலே ஆவணக் காப்பகத்தில் உள்ளன. இவற்றை எழுதிய உபதேசியார்களின் பெயர்களையும், இவை எழுதப்பட்ட காலத்தையும் போதகர் முத்துராஜா தாம் தொகுத்த ஆவணப் பட்டியலில் குறிப்பிட்டுள்ளார்.

நூல்வடிவில் இன்றுவரை நமக்குக் கிட்டியுள்ள உபதேசியார் அறிக்கை ‘சவரிராய பிள்ளையவர்கள் சர்னலும் காகிதங்களும்’ என்ற தலைப்பிலான நூலாகும். இந்நூலில் அவர் எழுதிய

கடிதங்களின் நகல்களும் அவருக்கு வந்த கடிதங்களும் இடம்பெற்றுள்ளன. இவை தவிர நூலின் பெரும்பகுதி கி.பி. 1836 நவம்பர் தொடங்கி கி.பி. 1874 ஜனவரி முடிய அவர் எழுதிய நாட்குறிப்புகளையும் அறிக்கைகளையும் கொண்டுள்ளது.

பிறவிக் கத்தோலிக்கரான இவர் சீர்திருத்த கிறித்தவராக மாறி ரேனியஸ் அய்யரின் ஜெர்மன் எவாஞ்சிலிகல் மிஷனில் 1836 நவம்பர் மூன்றாம் நாள் சேர்ந்தார். 1837 சூலை 11இல் அதே மிஷனில் உபதேசியாராக நியமிக்கப்பட்டார். 1838இல் ரேனியஸ் அய்யர் காலமானபின்னர், அவர் உருவாக்கிய சபை 1837 செப்டம்பரில் சர்ச் மிஷன் சங்கம் (C.M.S.) என்ற அமைப்புடன் இணைக்கப்பட்டது. இதன் பின்னர் சவரிராயன் இவ்வமைப்பின் உபதேசியாரானார்.

ஓலைச்சுவடியிலும் காகிதத்திலும் இவர் எழுதிய நாட்குறிப்புகளையும் கடிதங்களையும் இவரது மகன் யோவான் தேவசகாயம் சவரிராயன் மூன்று தொகுதிகளாகத் தொகுத்து வெளியிட்டார். முதல் தொகுதி 1898லும், இரண்டாவது தொகுதி 1901லும், மூன்றாம் தொகுதி 1902லும் வெளிவந்துள்ளன. குடும்ப உறுப்பினர்களுக்காகவே அச்சிடப்பட்டதால் மொத்தம் இருபத்தைந்து படிகளே அச்சிடப்பட்டுள்ளது. இந்நூல் சவரிராயன் பணிபுரிந்த அன்றைய திருநெல்வேலி மாவட்டத்தின் சமூக வரலாற்றை அறிய உதவும் பல்வேறு செய்திகளைக் கொண்டுள்ளது.

இவ்வாறு இந்நூலில் இடம்பெற்றுள்ள செய்திகளின் காரணமாக இந்நூல் 19ஆம் நூற்றாண்டு திருநெல்வேலி மாவட்டத்தின் சமூக வரலாற்றாவணமாக விளங்குகிறது.

'சவரிராயன் பிள்ளையவர்கள் சர்னலும் காகிதங்களும்' என்ற இந்நூல் உபதேசியாரின் வழக்கமான நாட்குறிப்புகளில் இருந்து சற்று வேறுபட்டது.

சவரிராயன் உபதேசியாராகப் பணியாற்றியவர். அவரது பணியின் ஓரங்கமாக உபதேசியார் நாட்குறிப்பு எழுதி வந்துள்ளார். அதே நேரத்தில் தனிப்பட்ட முறையிலும் நாட்குறிப்பு எழுதி வந்துள்ளார். இவ்விரண்டு வகையான நாட்குறிப்புச் செய்திகளையும், அவர் எழுதிய கடிதங்களையும், அவருக்கு வந்த கடிதங்களையும் தொகுத்து இந்நூல் உருவாக்கப்பட்டுள்ளது. மொத்தம் மூன்று பகுதிகளாக அமைந்த இந்நூலைத் தொகுத்தவர் அவரது பத்தாவது மகனான யோவான் தேவசகாயம் சவரிராயன்.

இதனால் இத்தொகுப்பில் இடம்பெற்றுள்ள செய்திகள் அனைத்துமே கிறித்துவ மறைப்பணியாளர்களுக்கு எழுதப்

THE JOURNAL AND LETTERS
OF
SAVARIRAYA PILLAI

(*A Catechist of the Church Missionary Society*)

TINNEVELLY DISTRICT, SOUTH INDIA.

1836—1874

VOLUME I.

1836—1863

Chinthamani Press, Palamcottah.

'சவரிராயபிள்ளை சர்னலும் கடிதங்களும்'
நூலின் முகப்பு

சவரிராய பிள்ளை
யவர்கள்
சர்னலும் காகிதங்களும்.

௲௮௱௩௰-ஷ முதல் ௭௰-ஷ வரை.

முதல் புஸ்தகம்.

௲௮௱௩௰-ஷ முதல் ௰௩-ஷ வரை.

[௲௮௱௰௭ஷ முதலுள்ள குடும்ப செய்திக் குறிப்புகளுடன்]

மகன்

யோவான் தேவசகாயம்

தன் ஆறுதலுக்காகவும் தன் பிள்ளைகள் அறிய விரும்பியும்

அச்சிட்டது.

பாளையங்கோட்டை, சிந்தாமணி யந்திரசாலை,
௲௮௱௯௪ ஷ

பட்டவை என்று கூற இயலாது. என்றாலும் அவரது பதிவுகளில் பெரும்பாலானவை கிறித்துவ மறைத்தள ஊழியர் பார்வையிலேயே பதிவாகியுள்ளன.

இந்நூலின் தொடக்கப் பகுதியில் *'Note by one of the sons'* என்ற தலைப்பில் ஆங்கிலத்தில் குறிப்புரையொன்றை யோவான் தேவசகாயம் எழுதியுள்ளார். அதில் ஒரு பகுதி வருமாறு:

> உபதேசியார் என்ற முறையில் அவரது அன்றாடப் பணிகள் குறித்து எழுத வேண்டும். இதை மாதந்தோறும் அவரது விசாரணை உபதேசியிடமோ மிஷனரியிடமோ ஒப்படைக்க வேண்டும். அதைப் படித்தோ படிக்கப்பட்டதாகப் பாவித்தோ பின்னர் அழித்துவிடுவர். அதிகாரப்பூர்வமான நாட்குறிப்பின் எப்பகுதியும் தற்போது இல்லை. இத்தொகுப்பின் பத்தொன்பதாவது பக்கத்தில் நாட்குறிப்பு எழுதுவதற்கான ரேனியஸ் அய்யரின் வழிகாட்டுதல்கள் அச்சிடப்பட்டுள்ளன. அது உபதேசியார் அறிக்கை எனப்பட்டது. இச்சொல்லைத் தழுவியே தமது தனிப்பட்ட நாட்குறிப்பை 'ரிப்போர்ட்' என்ற ஆங்கிலச் சொல்லால் சவரிராயன் குறிப்பிட்டுள்ளார்.

○

'படித்தோ படிக்கப்பட்டதாகப் பாவித்தோ' என்று தேவசகாயம் ஆங்கிலத்தில் குறிப்பிட்டுள்ளதால் உபதேசியார்களின் நாட்குறிப்பானது ஒரு கட்டத்தில் அதன் முக்கியத்துவத்தை இழந்துவிட்டதோ என்று எண்ணத் தோன்றுகிறது.

நூலின் தொடக்கப் பகுதியில் 'வடக்கன்குளம் மதுரேந்திரம் பிள்ளை மகன் சவரிராயன் ரிப்போர்ட்டுச் சுருக்கம்' என்ற தலைப்பு இடம்பெற்றுள்ளது. இது சவரிராயன் கொடுத்த தலைப்பாக இருக்கலாம். உபதேசியார் ரிப்போர்ட் எழுதுவது தொடர்பான ரேனியஸ் அய்யரின் வழிகாட்டுதல்கள் நூலின் பத்தொன்பதாவது பக்கத்தில் இடம்பெற்றுள்ளதாக முன்னுரையில் குறிப்பிட்டுள்ளதை மேலே கண்டோம்.

இவ்வழிகாட்டுதல் அடிப்படையில் சவரிராயன் எழுதியுள்ள நாட்குறிப்பின் பகுதிகளும் இந்நூலில் இடம்பெற்றுள்ளமையால், 19ஆம் நூற்றாண்டில் சீர்திருத்தக் கிறித்துவச் சபையின் செயல்பாடு அன்றைய திருநெல்வேலி மாவட்டத்தில் எவ்வாறு இருந்தது என்பதை அறிய உதவும் சமூக ஆவணமாக இந்நூல் அமைந்துள்ளது.

அவரது தனிப்பட்ட நாட்குறிப்புகளும் கடிதங்களும் கூட ஆவணமதிப்பு உடையனவாகவே அமைகின்றன.

கிழக்கிந்திய கம்பெனி ஆட்சி, ஆங்கில ஆட்சி என்ற இரு ஆட்சி அமைப்புகளையும் அவர் கண்டுள்ளார். புதிய நிருவாக முறை, செய்திப்போக்குவரத்து, கிறித்தவம் அறிமுகப்படுத்திய நவீனக் கல்வி என்பன அறிமுகமாகிச் செயல்படத் தொடங்கிய ஒரு காலத்தின் பதிவாக இந்நாட்குறிப்பு அமைந்துள்ளது. மாறுதல் நிகழ்ந்த காலத்தின் பதிவு என்பதால் இவை முக்கியத்துவம் வாய்ந்தனவாக அமைகின்றன.

உபதேசியார் பணி

உபதேசியார்களின் சமயம் தொடர்பான பணிகள் குறித்து ஏற்கெனவே கட்டுரையின் தொடக்கத்தில் குறிப்பிடப்பட்டுள்ளது. இப்பணிகளுடன் நன்கொடை வாங்குதல், மதம் மாற்றுதல், சிறு நூல்களை *(Tracts)* விற்றல், தான் பணிபுரியும் ஊர்களில் நிகழும் சிறு சச்சரவுகளையும் வழக்குகளையும் தீர்த்து வைத்தல், பள்ளிக்கூடத்தை மேற்பார்வையிடல், ஊரில் நிகழும் சமய ஒழுங்கு மீறல்களை ஐயரிடத்தில் (போதகரிடத்தில்) தெரிவித்தல், நன்கொடையாகச் சபையாரிடமிருந்து பெறப்படும் காணிக்கைகள், அபராதத் தொகை, நூல் விற்பனைத் தொகை ஆகியன குறித்து முறையாகக் கணக்கெழுதி பணத்துடன் ஐயரிடம் ஒப்புவித்தல், ஞாயிற்றுக்கிழமை வழிபாட்டுக்கு வந்தவர்களின் எண்ணிக்கையை எழுதுதல், தாம் பணிபுரியும் ஊரின் மக்கள் தொகையை மதம் வாரியாகக் கணக்கெடுத்தல், கிறித்தவர் அல்லாதவரின் கோவில்களைக் கணக்கெடுத்தல் என்பன உபதேசியாரின் பணிகளாக இருந்துள்ளதை சவரிராயன் எழுத்துக்களின் வாயிலாக அறிய முடிகிறது.

மில்லர் என்ற அய்ரோப்பிய மதக்குருவின் கட்டளைப்படி 1844 ஆகஸ்ட் 11ஆம் நாள் அன்று திருநெல்வேலி மறைத்தளத்தில் பணியாற்றும் உபதேசியார்களுக்குக் கடிதம் ஒன்றை சவரிமுத்து பிள்ளை என்ற விசாரணை உபதேசியார் அனுப்பியுள்ளார். இக்கடிதத்தை சவரிராய பிள்ளை நகல் எடுத்துக்கொண்டதுடன், தன் நாட்குறிப்பிலும் பதிவு செய்துள்ளார். இக்கடிதத்தில் உபதேசியார்களுக்கான பன்னிரண்டு கட்டளைகள் இடம் பெற்றுள்ளன. அவை வருமாறு:

> 1ஆவது ஒரு சபையில் ஒரு உபதேசியாரும் ஒரு உதவி யுபதேசியாரும் ஒரு கிறிஸ்தமான வாத்தியாரும் ஸ்தாபிக்கப் பட்டிருந்தால் ஒவ்வொரு நாளிலும் காலையிலும் இரவிலும் ஓய்வு நாட்களின் மத்தியான வேளையிலுங் கூடி, வருகிற சனங்களுக்கு உபதேசியார்தானே சுவிசேஷத்திலிருந்து ஒரு சரித்திரத்தை வாசித்துப் புத்தி சொல்லிச் செபம் பண்ணிக்

கொடுக்க வேண்டும். தனக்கு மேற்கூறிய கோவிலுக்குப் போகவும் சரித்திரங்களை வாசிக்கவும் கூடாத வியாதியா யிருந்தால் உதவி உபதேசியாரும் மேலே கண்டபடி செபம் பண்ணிக் கொடுக்கலாம். அவருக்கும் மேல்கண்டபடி வியாதியாயிருந்தால் மேற்கூறிய வாத்தியார் செபம் பண்ணிக்கொடுக்கலாம். ஓய்வு நாட்களிலும் விசேஷமான பண்டிகை நாட்களிலும் அதற்கடுத்த பாடங்களுந் தெரிந்து கொள்ளப்பட்ட வாக்கியங்களுந் தெளிவாயிருக்க வேண்டும்.

2ஆவது ஒரு சபையிலொரு உபதேசியார் மாத்திரமிருந்து தனக்குப் பள்ளிக்கூட வேலையும் ஒப்புவிக்கப்பட்டிருந்தால், தான் காலையிலும் இராத்திரியிலும் மேலே கண்டபடி செபம் பண்ணிக் கொடுக்கிற தனக்கு வியாதியாயிருந்தால் தனக்குச் சமீபமாயிருக்கிற ஒரு சபையில் இரண்டு உபதேசிமாரிருக்கிற விடத்துக்குத் தெரியப்படுத்தினால் அவர்களில் ஒருவர் வந்து ஆராதனை செய்ய வேண்டும். தன் சபையிலுள்ள எவ்விதமான சங்கதிகளையும் பள்ளிக்கூட வேலையிருக்கிறபடியினாலே தன்னை விசாரித்துவருகிற விசாரணை உபதேசியாருக்கு ஒப்புக் கொடுக்க வேண்டும். தன்னிடத்தில் படிக்கிற பிள்ளைகள் இரண்டுவேளை வழக்கத்தின்படி சாப்பிடப்போகும்போது சபையிலுள்ள ஆண்பிள்ளைகளுக்கும் பெண்பிள்ளைகளுக்கும் பத்துக் கற்பனை விசுவாசப் பிரமாணம் கருத்தருடைய செபம் ஞான உபதேசங் குறிப்பிட முதலானவைகளைப் படித்துக் கொடுக்கிறதுந் தவிர சனங்கள் காலையிலு மிராவிலுஞ் செபத்துக்கு வரும் பொழுதும் கற்றுக் கொடுக்க வேண்டும்.

3ஆவது ஒரு சபையில் இரண்டு உபதேசிமாரிருந்தால் அந்த ஊர் சனங்களையாவது தெருவீதிகளையாவது பங்கிட்டு மேற்காட்டிய உபதேசங்களை ஒவ்வொரு நாளிலுங் கற்றுக் கொடுக்க வேண்டும்.

4ஆவது ஒரு உபதேசியார் தன் சொந்தப் பிரயோசனத் துக்காக ஒவ்வொரு நாளிலும் வேத பொஸ்தகத்திலிருந்து மூன்றுஅதிகாரங்களை வீடுகளில் ஒழுங்காய் வாசித்துத் தியானம் பண்ண வேண்டும்.

5ஆவது தனக்கு பிரயோசனமாகவும் மற்றவர்களுக்கு மாதிரியாகவும் நடந்து வரும்படிக்கு காலையிலெழுந்திருக்கும் பொழுதும் இரவில் நித்திரைக்குப் போகும் பொழுதும் வேதத்திலுள்ள வசனங்களில் . . . .
தன் வீட்டில் வாசித்து தியானம் பண்ண வேண்டும்.

6ஆவது சபையைச் சேர்ந்த ஒருவன் தன் சொந்த வேலை செய்கிற இடங்களில் ஏதாவது ஒரு சங்கதி நேரிட்டதாய் வந்து சொல்லிக் கொண்டால் அது தகுதியான சங்கதியா யிருக்குமாகில் மேற்கூறிய உபதேசியார் மாத்திரம் போய்ப் பார்க்கலாம். அற்பசங்கதியாயிருந்தாலெவ்விதமும் போகக் கூடாது.

7ஆவது ஒரு சபைகளுக்குள் ஒருவருக்கொருவர் மனஸ்தாப மாயிருந்தாலும் அஞ்ஞானிகளாலே அற்பமாயுள்ள ஒரு துன்பம் நேரிட்டாலும் அதைக்குறித்து ஒரு காலத்தைத் தீர்மானம் பண்ணிக்கொண்டு அதைத்தான் விசாரித்து முடிவு செய்கிறது அல்லது தன் விசாரணை உபதேசியாருக்கு ஒப்பு கொடுக்க வேண்டும். ஒவ்வொரு நாளிலுந் தான் செய்ய வேண்டிய வேலைகளெல்லாவற்றையும் சபையாருக்கு ஒரு மணித் திட்டமாவது காலத்தையாவது குறித்துக்கொள்ள வேண்டும். அந்தக்காலத்தில் மற்றொரு வேலையையும் செய்யக்கூடாது.

8ஆவது ஒவ்வொரு உபதேசிமார் தானிருக்கிற சபையை விட்டு உத்தரவில்லாமற் கால் நாழிகை வழித்தூரமுள்ள ஊர்களுக்காவது இனத்தார்களுடைய வீடுகளுக்காவது சந்தை முதலான இடங்களுக்காவது போகக்கூடாது.

9ஆவது ஒருவன் அஞ்ஞான மார்க்கத்தைவிட்டு சபையில் சேர்ந்தாலும் சபையிலுள்ளவர்களில் மரணம் அடைந்து போகும் போது அவர்கள் நிலையைக் குறித்தும் விவரமாய் தெரியவரும் படிக்குச் செய்ய வேண்டும்.

10ஆவது விவாகம் பண்ணுகிறதைக் குறித்து மூன்று வாரத்துக்கு முன்னாகத் தெரியப்படுத்த வேண்டும்.

11ஆவது இந்த விவரப்படி ஒவ்வொரு நாளிலும் தனக்கு தன் கடமையின் படி சபையாருக்கும் முன்பாகத் தான் செய்துவந்த நடவடிக்கைகளைக் குறித்துப் பொருள் விளங்கும்படிக்கு அவரவர்களுக்குந் தங்கள் தினசரி ரிப்போர்ட்டாகப் பொஸ்தகமாகச் சேர்க்கப்பட்ட ஒரு ஓலை ஏட்டிலெழுதி வாரத்தின் கடைசி நாளாகிய சனிக்கிழமை தங்கள் ஓலையுடனே தங்கள் சபையை விசாரிக்கிற விசாரணை உபதேசியார்வசஞ்சேரப் பண்ண வேண்டும்.

12ஆவது மேற்கூறிய ரிப்போர்ட்டில் காலையிலுமிரவிலும் ஓய்வு நாளிலும் பண்டிகை நாட்களிலும் வாசிக்கிற பாடம் வேத வாக்கிய முதலானவைகளைக் கண்டெழுதுகிறதுந்தவிர

செபத்துக்கு வருகிற சனங்களின் தொகைகளையுங் கண்டெழுதி யனுப்புவிக்க வேண்டும்.

உபதேசியார் மேற்கொள்ள வேண்டிய பணிகள் குறித்தும், அவர்கள் மீதான கட்டுப்பாடுகள் குறித்தும் விரிவான செய்திகளை இக்கட்டளைகள் வாயிலாக அறியமுடிகிறது.

சீர்திருத்தக் கிறித்தவ சபையின் கீழ்நிலை ஊழியர்களில் தொடக்கக் கல்வி கற்பிக்கும் ஆசிரியர்களும் அடங்குவர். விவிலிய வாசிப்புக்கு முக்கியத்துவம் கொடுத்தமையால் புதிய கிறித்தவர்கள் அனைவரும் எழுத்தறிவு பெற்றவர்களாக விளங்க வேண்டும் என்று சீர்திருத்த கிறித்தவ சபையின் தலைமை விரும்பியது. இதனால் தேவாலயங்களுடன் தொடக்கப் பள்ளிகளையும் நிறுவினர்.

இப்பள்ளிகளில் பணியாற்றிய ஆசிரியர்கள் சில இடங்களில் உபதேசியராகவும் பணிபுரிந்துள்ளனர். ஆசிரியர் நியமிக்கப்படாத நிலையிலும் அவர் விடுப்பில் செல்லும் சூழலிலும் உபதேசியார்களே ஆசிரியராகவும் பணியாற்றியுள்ளனர். என்றாலும் பதவியின் படிநிலையில் உபதேசியாருக்கு அடுத்த நிலையிலேயே ஆசிரியர்கள் இருந்துள்ளனர். இவர்களது பணிகளைக் கண்காணித்து தன் நாட்குறிப்பில் பதிவு செய்து அனுப்புவது உபதேசியாரின் கடமைகளுள் ஒன்றாக இருந்துள்ளதை சவரிராயனின் நாட்குறிப்பு வாயிலாக அறிய முடிகிறது.

> ‘வாத்தி பாடத்துக்குப் போனதினால் பள்ளிப்பிள்ளைக் கூட்டிவந்து படித்துக்கொண்ட பாடங்களைக் கேட்டு மத்தியானத்துக்கு மேல் அனுப்பினேன்.’

என்று சவரிராயன் எழுதியுள்ளார். (யோவான் தேவசகாயம் சவரிராயன்: 176)

‘வாத்தி’, ‘வாத்திச்சி’ என்ற சொற்களால் ஆசிரியரைக் குறிப்பிடும் சவரிராயன் சில இடங்களில் ‘உபாத்தியாயன்’ என்று ‘அன்’ விகுதியிட்டும் அழைக்கிறார். இது அவரது அதிகார உணர்வின் வெளிப்பாடு என்று கருதுவதில் தவறில்லை.

பணிநேரத்தில் பள்ளியில் ஆசிரியர் இல்லாததையும், முறையாக அமர்ந்திருக்காததையும், தம் சொந்த வேலைக்கு மாணவர்களைப் பயன்படுத்திக்கொண்டதையும் தம் நாட்குறிப்பில் சவரிராயன் பின்வருமாறு பதிவு செய்துள்ளார்.

> வாத்திச்சி பிள்ளைகளைக் கூப்பிட்டுப் படித்துக் கொடுக்க வில்லை (மேலது : 184).

பள்ளிக்கூடஞ் சோதிக்கப் போனதற்கு வாத்திச்சி கால் நீட்டியிருந்துகொண்டாள்.

...சோதிக்க இடங்கொடுக்கவுமில்லை (மேலது:187).

பள்ளிக்கூடஞ் சோதிக்கப் போனேன். பிள்ளைகள் வளவில் (பலவீடுகள் அடங்கிய பகுதி) வேலை செய்வித்துக் கொண்டிருந்தார். மத்தியானம் பனைக்காய், ஓலைவெட்டி மேற்படி பிள்ளைகள் சுமை (மேலது 188).

பகல் முழுவதும் வாத்தி வாத்திச்சி இருவரும் பள்ளிக்கூட வேலை பார்க்கவில்லை. மேற்படி வாத்தி பள்ளிக்கூடத்திற் படிப்பிக்கவில்லை தூங்கினார் (1854 ஏப்ரல் 28).

○

உபதேசியார்கள் ஆசிரியர்கள் அனைவரையும் மாதம்தோறும் ஓர் இடத்திற்கு வரச்சொல்லி கூட்டம் நடத்துவது நடைமுறையில் இருந்துள்ளது. இக்கூட்டத்தில் புதிய விதிமுறைகளையும் கட்டளைகளையும் அறிவித்தனர். அத்துடன் அவ்வப்போது சமயம் தொடர்பான பயிற்சிகளும் வழங்கப்பட்டன. பணம் தொடர்பான கணக்குகளை இக்கூட்டத்தில் உபதேசியார்கள் வழங்கினர். இக்கூட்டத்தில்தான் உபதேசியார்களுக்கு ஊதியம் வழங்கினர்.

இக்கூட்டத்தை 'சம்பளக்கூட்டம்' என்ற சொல்லால் சவரிராயன் குறிப்பிடுகிறார். 'சம்பளக்கூட்டம் போனோம்' என்று 1844 மே 31இல் எழுதியுள்ளார். அநேகமாக இப்பெயராலேயே இக்கூட்டத்தை அழைப்பது வழக்கமாயிருந்திருக்க வேண்டும்.

1839சூன் முதல் நாள் எழுதிய நாட்குறிப்பில் 'குட்டத்துறையிற் சம்பளக் கூட்டத்துக்கு வந்தேன். சம்பளம் ரூ. 5 படி ரூ. ¼ (25 காசு) என்று சவரிராயன் எழுதியுள்ளார்.

இக்கூட்டத்தின்போது சமயச்சொற்பொழிவு ஆற்றுவது தொடர்பாகச் சொற்பொழிவுப் போட்டியை நிகழ்த்தியுள்ளார்கள். சொற்பொழிவை எழுதியனுப்பியுள்ளார்கள். வெற்றி பெற்றவர்களுக்கு சமய நூல்களைப் பரிசாக வழங்கியுள்ளனர். இப்போட்டியை 'பந்தயப்பிரசங்கம்' என்ற சொல்லால் சவரிராயன் குறிப்பிடுகிறார். 1844 அக்டோபர் பத்தாம் நாள் எழுதிய நாட்குறிப்பில் 'பந்தயப்பிரசங்கம் சுவிசேஷபுரத்துகனுப்பினேன்' என்று எழுதியுள்ளார்.

'கள்ளப்பிரசங்கம்' என்ற சொல்லையும் சவரிராயன் பயன்படுத்துகிறார். வேறு ஒருவர் எப்போதோ எழுதிய சொற்பொழிவுக் கட்டுரையை பயன்படுத்தியதையே

இவ்வாறு குறிப்பிடுகிறார். கள்ளப்பிரசங்கம் எழுதி வந்ததைக் கண்டுபிடித்ததால் அவ்வாறு எழுதி வந்த உபதேசியாரைப் பணியிடைநீக்கம் செய்ததை இவ்வாறு பதிவு செய்துள்ளார்:

> நய–உ முருகன்குறிச்சி சங்கத்துக்குப் போனேன். பந்தயப் பொருள் பிரசங்கத்திற் சிலர் கள்ளப்பிரசங்க மெழுதினவர் களில் நாலுபேரை உடனே கடிந்து சஸ்பெண்டு செய்தார்கள். மற்றவர்களைப் பின்பு சோதித்து சந்தோஷங் கொடுக்கிறதென்றுத் தரவு கொடுத்தனுப்பினார்கள்.

நாப்பிறழ்ச்சியின்றி புத்தகங்களை உரக்கவாசிக்கும் பயிற்சியும் இங்கு அளிக்கப்பட்டது. சமயப்பரப்பலின்போது கிறித்தவர் அல்லாதாரிடம் கிறித்தவ சமயம் சார்ந்த நூல்களைப் படித்துக்காட்டும் அவசியம் கருதி இப்பயிற்சியை வழங்கியிருக்க வேண்டும். இப்பயிற்சியின்போது பரிசு வழங்கி ஊக்கப்படுத்தியதை 1841 நவம்பர் 26இல் எழுதிய நாட்குறிப்பில்,

> ‘சம்பளக் கூட்டத்தில் கணம் ஐயர், ‘வெகு உதாரணத் திரட்டை’ வாசிக்கவும், ஒரு திக்கலில்லாமல் வாசித்தவர் களுக்கு மேற்படி புஸ்தகமும் இரண்டு திக்குக்கு வேறு புஸ்தகமுமென்று வாசித்ததில் எனக்கு மேற்படி புஸ்தகம் ஒன்று அகப்பட்டது’

என்று சவரிராயன் எழுதியுள்ளார். (யோவான் தேவசகாயம் சவரிராயன்: பக். 124)

○

உபதேசியார்களுக்கான ஊதியம் குறைவாக இருந்துள்ளது. திருநெல்வேலி மறைத்தளத்தின் தாய் அமைப்பு என்று கூறத்தகும் தரங்கம்பாடி மறைத்தளத்திலேயே ஊதியக் குறைவு இருந்துள்ளது. மேற்கொண்ட பணிகள் ஒரே தரத்தனவாக இருந்தாலும் மறைத்தளத்தில் பணியாற்றிய அய்ரோப்பியர்களின் ஊதியமும் வாழ்க்கைத்தரமும் அங்கு பணியாற்றிய தமிழர்களின் நிலையைவிட உயர்ந்த நிலையிலே 18ஆம் நூற்றாண்டில் இருந்துள்ளது (ஹெய்க்லிபே 2013 : 193). உபதேசியார் குடியிருக்க மறைத்தளத்தால் வழங்கப்பட்ட வீட்டைப் பழுதுபார்க்கக்கூட அய்ரோப்பியக் குருக்கள் சிலருக்கு மனமில்லாத நிலையை,

> 1869 அக்டோபர் 23
>
> கனம் ஆற்கோட்டய்யரிடத்தில் (11 மணியில்) நான் போய் வீட்டுக்கு ரெப்பேருக்குப் பணம் வேண்டியதைப் பற்றி வெகுவாய்ப் பேசியும் ஷை கனம் ஐயரவர்கள் மிகுந்த

அன்பாயும் இரக்கமாயும் பேசி, உபதேசிமார்கள் வீடு பழுதுபாற்கப் பணமேயில்லையென்றுஞ் சொல்லி விட்டார்கள்.

என்று பதிவு செய்துள்ளார். நன்கொடைகள் என்ற பெயரில் ஊதியத்தில் பிடித்தம் செய்துள்ளதையும் சவரிராயன் குறிப்பிட்டுள்ளார். நன்கொடை வாங்குவது தொடர்பாக உபதேசியார்களுக்கு அவ்வப்போது இலக்கு நிர்ணயித்தனர். அதன்படி நன்கொடை வாங்காவிடில் அத்தொகையை உபதேசியாரின் ஊதியத்தில் பிடித்தம் செய்துள்ளனர். உபதேசியார் செய்யும் தவறுகளுக்குத் தண்டனையாகத் தண்டம் விதித்து அதை அவரது ஊதியத்தில் இருந்து பிடித்தம் செய்தனர்.

தேவாலய சங்கத்துக்கு உபதேசிமாருக்கு மூன்று மாகாணி மாதம் தோறும் பிடிக்கத் தீர்த்தார்கள் (1845 பிப்ரவரி 25).

தேவாலயங்கட்டுகிற வகைக்கு ஒருமாச சம்பளம் உபதேசிமாருக்குப் பிடித்தமென்று உடனே கால் மாத சம்பளம் பிடித்துக் கொண்டார்கள் (1845 ஜூன் 18).

10 மணிக்கு மேள் கீள் சேகரத்து உபதேசிமார் உவாத்திமார் வந்த பின்னெல்லாரும் ஐயரவர்களுக்குச் சந்திப்பு வைத்துக் கண்டு 12 மணிக்குக் கோவிலில் செபஞ் செய்து வேதநிலை சங்கத்துக்குப் பணம் சேகரிக்கப் புத்தி சொல்லியவரவர்கள், யாசகஞ் சேர்த்த பணங்கள் செலுத்தப்பட்டது. பணங்கள் சரியாய் வராதவர்களிடத்திற் சம்பழ(ள)த்தில் எடுத்தார்கள். எனக்கு ஒன்றும் வரவில்லை, எழுதி வைத்தபடி சம்பளத்திற் பிடித்துக் கொண்டார்கள் (1866, செப் 25).

தண்ட விதிப்புக்குத் தாம் ஆளாகியதை,

பாடம் படியாததுக்கும் பிரசங்கம் எழுதாததுக்கும் அபராதம் ரூ. அரைக்கால் (இரண்டனா).

என்று 1844 செப்டம்பர் ஏழாம் நாள் நாட்குறிப்பில் சவரிராயன் குறிப்பிட்டுள்ளார்.

சமயப் பரப்பலின் ஓர் அங்கமாகத் துண்டு வெளியீடுகளை வெளியிடுவது வழக்கம். இதை வெளியிட சென்னை 'சமயத் துண்டு பிரசுர சங்கம்' *(Madras Religious Tract Society)* என்ற பெயரில் ஓர் அமைப்பை ரேனியஸ் அய்யர் நிறுவியுள்ளார். துண்டு வெளியீட்டைக் குறிக்கும் *Tract* என்ற ஆங்கிலச்சொல்லை 'திராய்க்கட்டு' என்று சவரிராயன் குறிப்பிடுகிறார். இதை விற்பனை செய்வதும் உபதேசியாரின் பணிகளில் ஒன்றாக

இருந்தது. 'சில சிறு புத்தகங்கள் விலைக்கு விற்கும்படி உபதேசிமார்களுக்கும் எனக்குங் கொடுத்தனுப்பினார்கள்' என்று சவரிராயன் எழுதியுள்ளார்.

○

அம்மை நோய் தோன்றுவதைத் தடுக்க அம்மைத் தடுப்பூசி போடும் வழக்கத்தை ஆங்கிலக் காலனிய அரசு அறிமுகப்படுத்தியது. புதிய கிறித்தவர்களுக்கும் விருப்பப்படும் கிறித்தவர் அல்லாதாருக்கும் அம்மைநோய்த் தடுப்பூசி போடும் பணியைச் சீர்திருத்த கிறித்தவ சபை மேற்கொண்டது. இப்பணியை நிறைவேற்றுவது உபதேசியாரின் கடமையாக விதிக்கப்பட்டது. அம்மைநோயை 'வைசூரி' என்ற சொல்லாலும் குறிப்பிடுவது வழக்கம். சவரிராயன் வைசூரி என்ற சொல்லையே பயன்படுத்துகிறார். அம்மைத்தடுப்பூசி போட்டதைத் தம் நாட்குறிப்பில் பின்வருமாறு பதிவு செய்துள்ளார்.

எ–உ யோவான் தேவசகாயத்துக்கு வசூரி குத்திற்று.

டிசம்பர் க–உ கனம் ஐயரவர்களுத்தரவுப்படி இரண்டு பெண் குழந்தைகளுக்கு வசூரி குத்தினேன்.

வசூரி குத்தின கணக்கு முடிந்து கனம் ஐயரவர்களிடத்திற் கொடுத்து வேலையை நிறுத்திப் போட உத்தரவாயிற்று.

உ–உ சுவிசேஷபுரங் காரிதோட்ட மிரண்டு ஊருக்கும் போய் வசூரி வைத்து வந்தேன்.

பின்பு சுவிசேஷபுரத்திலும் காரிதோட்டத்திலும் போய் வசூரி வைத்து இரவு தங்கி, உ சு–உ காலையில் வந்து செபம் பண்ணினேன்.

உ எ – உ கனம் ஐயரவர்களிடத்தில் வைசூரி மருந்து எடுத்து வரும்படி உத்தரவு கேட்டு, சமாதானபுரத்துக்குப் போய், வாக்கிஷ கேட்டர் (வாக்கினேசன்) மருந்தெடுத்துப் போனதில் கொஞ்சமெடுத்து, ஷை மனிதனை, வருகிற வாரத்தில் ஒரு பிள்ளையனுப்பச் சொல்லிவிட்டுத் திசையன் விளைக்கு வந்து முத்துக்கண்ணு செட்டியார் மகனுக்க வசூரிகுத்த விருப்பமாய்ச் சொன்னவர்கள், அமவாசியென்று இனிமேலாகட்டெனறதினால் கொண்டு வந்து.

சமய எல்லையைக் கடந்து, முக்கியமான சமூகப்பணி யொன்றை உபதேசியார் வாயிலாகக் கிறித்தவத் திருச்சபை நிறைவேற்றியுள்ளது என்ற வரலாற்று உண்மையை இந்நாட் குறிப்புப் பதிவுகள் உணர்த்துகின்றன.

○

தரங்கம்பாடி மறைத்தளத்தில் பதினெட்டாம் நூற்றாண்டில் பணியாற்றிய மறைத்தள ஊழியர்கள் தம் மேல் அதிகாரிகளுக்கு எழுதிய கடிதங்களை ஆராய்ந்த ஹெய்க்லிபோ (2013 : 30), மிகவும் தாழ்மை உணர்வை அவை வெளிப்படுத்துவதாகக் குறிப்பிட்டுள்ளார். 'உமது ஊழியன்' என்று கடிதத்தின் இறுதியில் எழுதிக் கையொப்பம் இட்டுள்ளதை அவர் சுட்டிக்காட்டுகிறார்.

திருநெல்வேலி மறைத்தளத்திலும் 19ஆம் நூற்றாண்டில் இந்நிலைதான் நிலவியுள்ளது. அய்ரோப்பிய குருவின் கையெழுத்திட்ட கடிதங்களின் நகலைக் குறிப்பிடும்போது 'கனம் எசமான் ஒப்பம்' என்றே சவரிராயன் குறிப்பிடுகிறார்.

அய்ரோப்பிய குருக்கள் உபதேசியாருக்கு எழுதும் கடிதங்களில் வெறுமனே கையெழுத்து மட்டுமே இட்டுள்ளார்கள் என்பதை சவரிராயன் படியெடுத்து வைத்துள்ள கடிதங்களின் வாயிலாக அறியமுடிகிறது.

சாஃப்டர் என்ற அய்ரோப்பிய மறைப்பணியாளருக்கு 1841 செப்டம்பர் 18ஆம் நாளன்று சவரிராயன் எழுதிய விண்ணப்பம்,

> மிகவுங் கனம் பொருந்திய சாப்பிட்டரைய்யரவர்கள் சமூகத்துக்கு அடியேன் திருநெல்வேலி உபதேசி சவரிராயன் மிகுந்த வணக்கமாய் சலாஞ்செய்து யெழுதிக்கொள்ளுந் தாழ்மையான விண்ணப்பம்'

என்று தொடங்கி, 'இப்படிக்குத் தங்கள் ஊழியக்காரனாகிய அடியேன் சவரிராயன்' என்று முடிவடைகிறது.

தமது மகன் மதுரேந்திர அய்யர் அய்ரோப்பிய அய்யருடன் அமர்ந்து தேநீர் அருந்தியதை 'ஐயர் மேசையிற் சேர்ந்து தேத்தண்ணீர் சாப்பிட்டாராம்' என்று பெருமையுடன் 1847 நவம்பர் 29இல் பதிவு செய்துள்ளார்.

இப்படி அய்ரோப்பியர்களிடம் தம் தாழ்ச்சியுணர்வை வெளிப்படுத்தும் சவரிராயன், தம் சக மனிதர்களை 'அன்' விகுதியிட்டே 'இடையன்', 'மறவன்', 'தேவன்', 'நாடான்', 'பரவன்', 'பறையன்', 'சக்கிலியன்' என்று இழிவாகப் பதிவு செய்துள்ளார். கிறித்தவம் போதித்த சமத்துவ விழுமியத்தைவிட சாதிய உணர்வே உபதேசியார்களிடம் செல்வாக்கு செலுத்தியமைக்கு அவர் பயன்படுத்தும் இச்சொற்கள் எடுத்துக்காட்டாக அமைகின்றன.

○

உபதேசியார்கள் மீதான கட்டுப்பாடுகள்

மிஷன் ஊழியர்கள் என்பதால் கிறித்தவர்களுக்கு முன்னுதாரணமாக உபதேசியார்கள் இருக்க வேண்டும் என்ற

எதிர்பார்ப்பு அய்ரோப்பியக் குருக்களிடம் இருந்தது. *1868* ஜூன் *23*ஆம் நாளன்று நாட்குறிப்பில் மாதாந்திரக் கூட்டம் நடந்து முடிந்த பின்னர் அய்யர் முன்வைத்த கருத்தையும், பின்னர் அது தொடர்பாக எடுக்கப்பட்ட முடிவையும் தமது நாட்குறிப்பில் சவரிராயன் பின்வருமாறு பதிவு செய்துள்ளார்.

> 'இனிப் பிள்ளைகளுக்குக் காது குத்தப்படாது ஆணுக்கும் பெண்ணுக்கும் மென்றதுக்கு, எல்லாருக்குஞ் சம்மதமில்லை யென்றதுக்கு கம்பிவாளி குத்திக்கொண்டு, கம்மல் காதுக்குட்சியும் போடுகிற தென்றும் கலியாணச் சிலவு சுருக்கவும், கடன்படாதிருக்கவும் இரண்டு நாள் மாத்திரம் விருந்து செய்யவும், விருந்துக்குப் போகவும், சங்கத்துக்கு ஒரு நாளுக்கு முன் போகவும் மூன்றாம் நாள் கழித்து மற்றநாள் காலை வீடுவந்து சேரவும் மென்றுஞ் சொல்லியனுப்பிவிட்டார்கள்'.

இம்முடிவு அனைத்துக் கிறித்தவர்களையும் மையப்படுத்தி யெடுத்த முடிவா என்பதில் தெளிவில்லை. பழைய சடங்குகள் நம்பிக்கைகள், பழக்க வழக்கங்கள் ஆகியனவற்றிலிருந்து பழைய கிறித்தவர்களை விடுவிப்பதன் மூலம் அவர்களது பழைய அடையாளங்களை மறக்கச் செய்ய முடியும் என்ற நம்பிக்கையே இதற்குக் காரணம்.

1869 ஜூன் *22*ஆம் சாப்ஃடர் என்ற ஆங்கிலேயப் போதகரின் உத்தரவை சவரிராய பிள்ளை பதிவு செய்துள்ளார். அதில் ஒரு பகுதி வருமாறு:

> "உபதேசியார் உவாத்திமார் பிள்ளைகளுக்குக் காது குத்தப்படாது இது முதலென்றும், கலியாணங்களுக்கு விருந்துக்கு இரண்டு நாள் மாத்திரஞ் செய்யவும் அப்படியே அசலிடத்திற் கலியாணத்துக்குப் போனாலும் இரண்டு நாள் மாத்திர மிருக்க வேண்டுமென்றும் மொய் வாங்கிறது நல்லதல்லவென்றும், அதிகமாய் விருந்துச் செலவு செய்யாமலுங் கடன்படாமலும் யிருக்க வேண்டுமென்று, மிசியோனில் அலுவல் பார்க்கிறவர்களிருக்க வேண்டு மென்றுஞ் சொன்னார்கள்."

இதனடிப்படையில் பார்த்தால் காது குத்தல் தொடர்பாகக் கூறப்பட்ட கருத்துக்கள் மிஷனில் பணிபுரியும் உபதேசியார்களை மையமாகக் கொண்டது என்று கருதயிடமுள்ளது. சில கட்டுப்பாடுகள் மிஷன் ஊழியர்களை மட்டுமே கட்டுப்படுத்தின. சான்றாகத் தம் மகன் தேவசகாயம் பிள்ளைக்கு *1867* மே *25*இல் எழுதிய கடிதத்தில்,

> "நீர் குடுமியும் வையும். மிசியோன் உபதேசி, உவாத்திக்கு மாத்திரம் அதில்லாதிருக்க வேண்டுமென்ற சட்டமின்றி வேறில்லை யென்பது தமக்குத் தெரியுமே ஆகையால் யோசிக்க வேண்டாம்."

என்று எழுதியுள்ளதைக் குறிப்பிடலாம்.

பிராமணர் அல்லாத இடைநிலைச் சாதியினரிடமும் ஒடுக்கப்பட்ட சாதியினரிடமும் குடுமி வைக்கும் பழக்கம் இருந்துள்ளது. மதம் மாறியவர்களின் நடை உடை பாவனைகளிலும் மாறுதலை ஏற்படுத்த தொடக்கக் கால கிறித்தவ மறைப் பணியாளர்கள் விரும்பியுள்ளனர். பழைய அடையாளங்களை அவர்கள் துறந்துவிட வேண்டும் என்ற அவர்களது விருப்பம் குடுமி வைத்தலைத் தடைசெய்யத் தூண்டியுள்ளது.

புதிய கிறித்தவர்கள் குடுமியை நீக்குவது தொடர்பாக விவாதங்கள் நிகழ்ந்துள்ளன. *'Observations on the Kudumi'* என்ற தலைப்பில் கால்டுவெல் கட்டுரை ஒன்றை 1875இல் எழுதியுள்ளார். 'கிறித்தவர்களின் ஆசாரமும் குருமார் போதகமும்' என்ற தலைப்பில் முத்தையா பிள்ளை என்ற கிறித்தவர், குடுமிக்கு ஆதரவாக சிறு நூல் ஒன்றை 1894ஆம் ஆண்டில் வெளியிட்டுள்ளார்.

பல்வேறு தரப்பினரும் சந்தித்து உரையாடும் வாய்ப்பை அக்காலச் சந்தைகள் வழங்கின. உணவு தானியங்கள், உடை, பாத்திரங்கள், காய்கறிகள், விலங்குகள் ஆகியனவற்றை வாங்கவும், விற்கவும் சந்தைக்குச் செல்வது அவசியமான ஒன்று. இச்சந்தைக்குச் செல்லும் மறைத்தள ஊழியர்கள், கிறித்தவர் அல்லாதாரிடம் கலந்துரையாடுவதன் வாயிலாகத் தம் சமயக்கடமைகளில் இருந்து பிறழ்ந்துவிடுவார்களோ என்று அய்ரோப்பிய மதக்குருக்கள் பயந்துள்ளனர். இதனால் உபதேசியார்களும் ஆசிரியர்களும் அனுமதிபெற்றே சந்தைக்குச் செல்ல வேண்டுமென்று கட்டுப்பாடு விதித்துள்ளனர். இதுதொடர்பாக சவரிராயன் நாட்குறிப்பில் இடம்பெற்றுள்ள செய்திகள் வருமாறு:

> கனம் சார்சென்ற ஐயரவர்கள் உபதேசிமார்கள் சீட்டுக் கூட்டவும் பயிரிடவும் நிலங்கள் ஒத்தியாவது, விலைக்காவது வாங்கக் கூடாதென்று முன்னுத்தர விருக்கச் சிலர் மீறி நடக்கிறதாய்க் கேள்விப்பட்டு, விசனித்துப் புத்தி சொல்லிவிட்டார்கள்.
>
> இது சுவிசேஷபுரஞ்சேகரம் உபதேசிமார் உவாத்திமார்களுக்கு வரும் உத்தரவு. கீரைக்காரன் தட்டு, நந்தன் குளம்,

சமாரியாபுரம், அச்சம்பாடு, சோதிநகரம், பெத்திலேகேம், சமாதானபுரம், குமரன்விளை, நல்லம்மாள்புரம், இந்தயிடங்களிலுள்ள உபதேசிமார், உவாத்திமார்களுக்கு கர்த்தருடைய ஆசீர்வாதம் உண்டாவதாகவும். இப்பவும் மேல்படியிடங்களிலுள்ள உவாத்திமார், உவாத்திச்சிகள் உத்தரவில்லாமல் பற்பல இடங்களுக்குஞ் சந்தைகளுக்கும் போகிறதாக கேள்வியாயிருக்கிறோம். இனிமேல்பட ஒரு போதுமப்படிப்போகக் கூடாது. அவர்களுக்கு ஷை உபதேசிமார்கள் உத்தரவு கொடுக்கவுங் கூடாது. மேலும் நாடோறும் பள்ளிக்கூட வேலை ஒழுங்காய் நடந்து வரும்படி, திட்டமாய் பார்க்க வேண்டும். அப்படிப்பட்டவர்கள் ஒழுங்குத் தாழ்வாய் (ஒழுங்குமீறி) நடக்கிறதை உபதேசிமார் சர்னலிற் பதிந்து நம்மிடம் காண்பிக்கவும் *(1853 மே 6).*

இவ்வுத்திரவை மீறி உபதேசியார் சிலர் நடந்துகொண்டதை '5 நாள் வந்த உத்தரவுக்கு விரோதமாக சில உபதேசிமார் சந்தைக்கு வந்தார்கள்'

என்று சவரிராயன் 1853 மே 6இல் எழுதியுள்ளார்.

உபதேசி, உவாத்திகள் சந்தைக்குப் போகப் படாதென்றும் மற்ற ஊர்களில் போய் ஒருவரோடொருவர் உபதேசிகள் உத்தரவில்லாமற் கூடிப் பேசப்படாதென்றும் ஷை சந்தைக்கு ஆராவது போனால் ரூ.வ (கால்: 25 காசு) அவராதமென்றும் உத்தரவாம் (தொகுதி : 2, பக்கம் 1303).

பிள்ளையவர்களிடத்தில் கேட்டுச் சந்தைக்குப் போனேன் (1859 மார்ச் 4).

கிறித்தவர்களுக்கென்று தனிச்சந்தையொன்றை அய்ரோப்பிய மறைப்பணியாளர்கள் உருவாக்கியதையும் போதிய ஆதரவின்றி அது செயல்படாது நின்று போனதையும் சவரிராயன் குறிப்பிட்டுள்ளார்.

மறைத்தளம் நியமித்த 'திரேஷர்' (மருத்துவர்) நோயாளிகளுக்கு வழங்கும் மருந்துக்கான கட்டணம் குறித்த விவரமும் நாட்குறிப்பில் பதிவாகியுள்ளது.

திரேஷரிடத்தில் (மருத்துவரிடத்தில்) மருந்து சாப்பிட வருகிறவர்கள் ஒரு நாள் மருந்து சாப்பிட்டால், ச–அணா (நான்கனா). அநேக நாள் சாப்பிடுகிறதானால், நாள் ஒன்றுக்கு உ–அணா (இரண்டனா) வீதங் கொடுக்கவுமென்று சட்டமுமெழுதிக் காட்டியிருக்கிறார்கள்.(தொகுதி:2, பக்கம் 1305).

கிறித்தவர்களிடையே நிகழும் பணம்கொடுக்கல் வாங்கல் தொடர்பான வழக்குகளைப் போதகர்கள் தீர்த்து வைத்துள்ளனர். உரிமையியல் நீதிமன்றங்களில் மனு கட்டணம் (Movant fee) என்ற பெயரில் வழக்கு தொடுப்பவர் நீதிமன்றத்துக்குக் கட்டணம் செலுத்துவது போன்று, போதகருக்குக் கட்டணம் செலுத்தியுள்ளதை சவரிராயனின் பின்வரும் குறிப்பால் அறிகிறோம். தம் பதவியைப் பயன்படுத்தி உபதேசியார்கள் கடன்வாங்குவதைத் தடைசெய்தும் மீறிக்கடன் வாங்குபவர்கள் வேலை நீக்கம் செய்யப்படுவார்கள் என்றும் புதிய மிஷன் சட்டம் உருவாகியுள்ளதையும் பின்வருமாறு பதிவு செய்துள்ளார்.

> பிற்பரவரி மாதாந்திரக் கூட்டத்தில் ஐயர் சொன்னது: வியாட்சியங்களைப் பேசுகிறது வியாளக்கிழமை தோரும், பஞ்சாயித்து ஆள் கூ பேர் ஷை கிளமையில் வந்திருக்கவும், வியாட்சிய வள(ழ)க்குக்கு வருகிறவர்கள் ய (ரூ.பத்து) வியாட்சியமானால் ய – துட்டுப் பீசு யுண்டானாலும் ரூவாய்க்கொரு துட்டு வீதம் முந்திக் கொடுத்துப் பின்பு வியாட்சியங்கள் பேசுகிறதுயென்றும், உபதேசிமார்கள் தாங்களிருக்கிற ஊரில் சபையானிடத்திற் கடன்படப்படாது, கடன் வாங்கினதாய் வந்தால் உடனே தள்ளுதலாமென்றும் (பணியில் இருந்து நீக்குதல்) சட்டம். (தொகுதி : 2, பக்கம் 1305).

கிறித்தவம் தொடர்பான பதிவுகள்

சவரிராயனின் உபதேசியார் பணி பெரும்பாலும் இன்றையத் திருநெல்வேலி மாவட்டத்திலுள்ள 'தேரிக்காடு' என்றழைக்கப்படும் பனைமரங்கள் மிகுந்த கிராமப் பகுதிகளிலேயே நிகழ்ந்தது. 1874ஆம் ஆண்டில் அவரது மரணமும்கூடத் தேரிக்காட்டு ஊரான நல்லம்மாள்புரத்திலேயே நிகழ்ந்தது.

இவ்வூர்கள் அனைத்தும் கிராமங்கள்தான். இக்கிராமங்களில் மிகப் பெரும்பாலும் நாடார் சமூகத்தினரே வாழ்ந்தனர். போக்குவரத்து வாய்ப்பு எளிதாக இல்லாத இப்பகுதிகளில்தான் சீர்திருத்த கிறித்தவம் விரைவாகப் பரவியது. பெரும்பாலும் நாடார் சமூகத்தினரே கிறித்தவர்களாக மாறியதால் 'சாணார் மதம்' என்றழைக்கப்பட்டதாக ஹார்டுகிரேவ் (2006: 46) குறிப்பிடுகிறார். என்றாலும்,

> 'ஆங்கிலக் கிழக்கிந்தியக் கம்பெனி இயற்றியிருந்த ஒரு சட்டப்படி ஒரு நபர் கிறிஸ்துவரானால் தனது சொத்துக்களை இழந்துவிட வேண்டும் என்பதாகும். அச்சட்டம் 1850வரை

அமுலில் இருந்தது. 1850 ஏப்ரல் மாதம் இயற்றப்பட்ட புதிய சட்டம் அதை ரத்துச் செய்தது. அதன்பின்பு சாணார் குலத்தில் வசதியும் செல்வாக்கும் மிக்கவர்களாக இருந்தவர்களும் நாடார் என்றும், நிலைமைக்காரர் என்றும் அழைக்கப்பட்டவர்களும் திருச்சபையில் சேர்ந்தனர்'

என்று சரோஜினி பாக்கியமுத்து (2001 : 89) கணித்துள்ளார். அவரது கணிப்பு சரியானதுதான். தேரிக்காட்டுப் பகுதியில் சீர்திருத்தக் கிறித்தவம் பரவிய அளவு பொருநையாற்றின் நீராதாரத்தால் வளம்பெற்ற நன்செய் நிலப் பகுதிகளில் வாழ்ந்த பொருள்வளமும் கல்வியறிவும் பெற்றிருந்த நாடார்களிடம் இச்சமயம் பரவவில்லை.

பெரும்பான்மையினரான சபையார் நாடார்கள் என்பதால் மறைப்பணியாளர்களுக்கும் சபையாருக்கும் இடையில் தொடர்பாளராக 'முக்கந்தர்கள்' என்போர் இருந்தனர். ஏனைய நாடார்களைவிடக் கல்வி, செல்வம் ஆகியனவற்றில் உயர் நிலையில் இருந்த, அதிகாரம் செலுத்தும் வல்லமை படைத்தோரே முக்கந்தர்களாக நியமிக்கப்பட்டனர். ஊர் நாட்டாமையாக இருந்தோரே பெரும்பாலும் முக்கந்தர்களானார்கள். முக்கந்தர் வாயிலாகத் தாம் எடுக்கும் முடிவுகளையும், விதிக்கும் கட்டுப்பாடுகளையும் சபையார் ஏற்றுக்கொள்ளும்படிச் செய்வது மறைப்பணியாளர்களுக்கு எளிதாகயிருந்தது. முக்கந்தர்களுக்கு ஊதியம் வழங்கப்பட்டதாகத் தெரியவில்லை.

புதிதாகக் கிறித்தவத்தைத் தழுவியவர்கள் மீண்டும் தம் பழைய சமய வாழ்க்கைக்குத் திரும்பிவிடக் கூடாது என்பதில் கிறித்தவ மறைப்பணியாளர்கள் விழிப்புணர்வுடன் இருந்துள்ளார்கள். இதன் அடிப்படையில் அவர்கள் மேற்கொண்ட செயல்கள் சவரிராயன் நாட்குறிப்பில் பதிவாகியுள்ளன. நாட்டார் தெய்வங்களை வணங்கி வந்தோர் கிறித்தவர்களாக மதம் மாறியவுடன் அத்தெய்வங்கள் மீதான பயவுணர்வைப் போக்கும் வகையில், கந்தன் குடியிருப்பில் மேற்கொண்ட செயலை சவரிராயன் பின்வருமாறு குறிப்பிட்டுள்ளார்:

"பிரமுத்து வளவிலிருந்த மண்பீடத்தை எடுத்துப் போடவும் (1845 சூன் 28), அந்திரமுடையான் வளவிலிருந்த பேய்க் கோவிலைப் பிடிங்கி வந்து கக்கூஷ் கட்டவும் செய்தோம் (1845 ஜூன் 29)"

பீட வடிவில் இருந்த நாட்டார் கோவில்களை இடித்த இச்செயல் குறித்து சற்று விரிவாக ஆராய வேண்டும். பதினாறாம் நூற்றாண்டில் தென் தமிழகத்தின் கடற்கரைப் பகுதியில்

சிறுவர்களைக் கொண்டு இதனையொத்த செயல்களை புனித சவேரியார் மேற்கொண்டுள்ளார். இதை அவர் எழுதிய கடிதம் ஒன்றில் பதிவு செய்துள்ளார். இதனையொத்த செயலை தரங்கம்பாடிப் பகுதியில் சீகன்பால்கும் மேற்கொண்டுள்ளார். *(ஹெய்க்லிபோ 2013 : 85 – 86)*

தம் முந்தைய மதத் தொடர்புகளில் இருந்து தம்மைத் துண்டித்துக் கொள்வதையும், அத்தெய்வங்கள்மீது தமக்குப் பய உணர்வு இல்லையென்பதையும் வெளிப்படுத்தும் வழிமுறையாகவே இச்செயல்கள் நிகழ்ந்துள்ளன. தேரிக்காட்டுப் பகுதியில் மதமாற்றம் தனிமனித மதமாற்றமாக அன்றி குழும மதமாற்றமாக *(Mass Conversion)* பெரும்பாலும் நாடார் சாதிக்குள் நிகழ்ந்துள்ளது.

சவரிராயன் குறிப்பில் இடம்பெறும் ‘வளவு’ என்பதற்கு, ‘வீடு’ ‘வீட்டுப்புறம்’ என்று தமிழ் அகராதிகள் பொருள்தரும். ஆனால் திருநெல்வேலி, தூத்துக்குடி மாவட்டங்களில் வளவு என்பது பல வீடுகளை உள்ளடக்கிய ஒரு குடியிருப்புப் பகுதியைக் குறிக்கும். *Compound* என்ற ஆங்கிலச் சொல்லுக்கு இணையான தமிழ்ச் சொல்லாகும். வளவுக்குள் உள்ள வீடுகளில் வாழ்வோர் பெரும்பாலோர் உறவினர்களாகவேயிருப்பார். குறைந்தது ஒரே சாதியினராக இருப்பர். பொது நடைபாதையையும், பொது முற்றத்தையும் பொதுக்கிணற்றையும் கொண்டதாக இவை இருக்கும்.

சில வளவுகளில் பீடங்கள் அமைக்கப்பட்டிருக்கும். இக்காரணங்களால் அயற்சாதியினரைத் தம் வளவுக்குள் குடியிருக்க அனுமதிப்பதில்லை. இவ்வளவை முதலில் உருவாக்கிய குடும்ப உறுப்பினர் பெயரால் அல்லது ஒரு வளவின் உரிமையாளர் பெயரால் அது அழைக்கப்படும்.

குழும மதமாற்றத்தின்போது, ஒரு குறிப்பிட்ட வளவில் வாழ்வோர் அனைவரும் கிறித்தவர்களாக மாறும்போது, அங்குள்ள நாட்டார் தெய்வங்களை வழிபடுவது தானாகவே நின்றுபோய் விடும். எனவே வளவுகளில் உள்ள பீடங்களையும் சிலைகளையும் அகற்றிவிடுவது எளிதான செயலாக அமைந்தது.

தம் ஊர் அல்லது சாதியை அடிப்படையாகக் கொண்டு ஓர் அணியாகத் திரளும் கிராம மக்கள் அரசியல் கட்சிகளின் கொடிக்கம்பங்களை வெட்டி வீழ்த்துவது இன்று நிகழ்கின்றது. அரசியல் பகையுணர்வின் அடிப்படையில் மாற்றுக்கட்சியின் கொடிக்கம்பத்தை வெட்டி வீழ்த்துவதிலிருந்து, இச்செயல் வேறுபடுவதைப் போன்றே வளவுகளில் உள்ள பீடங்களை அகற்றியதும் அமைகிறது.

மங்கல அமங்கல நிகழ்ச்சிகளையொட்டி கொட்டு (மேளம்) வாசிக்கும் மரபை புதிய கிறித்தவர்கள் பின்பற்றி வந்தனர். அவ்வாறு மேளம் வாசிக்க வருபவர்கள் கிறித்தவர்களாக இருக்க வேண்டும் என்ற கட்டுப்பாடு சார்ஜெண்ட் என்ற அய்ரோப்பிய மறைப்பாணியாளரால் சமாரியாபுரத்தில் விதிக்கப்பட்டதை,

> சபையார் கலியாணத்துக்கு வேதக்காரனைக் கொண்டு கொட்டாலாமென்றும் மற்ற அஞ்ஞானி கொட்டப்படா தென்றும், முக்கந்தன் மார்களிடத்தில் கையெழுத்து வாங்கிக் கொண்டார்கள் கனம் சார்சென்ற ஐயரவர்கள் (1847: சனவரி 19)

என்று எழுதியுள்ளார். ஞாயிற்றுக்கிழமைகளில் வேலை செய்யாமல் அதை ஓய்வு நாளாகக் கொண்டாட வேண்டுமென்ற விதிமுறையை மீறிய ஒருவருக்கு விதிக்கப்பட்ட அபராதம் குறித்து, 'ஓய்வு நாள் மீறி வேலை செய்த சபையான் ஒருவனுக்கு அபராதம் பத்து பைசு' என்று குறிப்பிட்டுள்ளார் (1848 சனவரி 22).

கல்வி வழங்கல்

புதிய கிறித்தவர்களின் பிள்ளைகளுக்குக் கல்வி கற்றுக் கொடுப்பதில் சீர்திருத்தக் கிறித்தவ சபை ஆர்வம் காட்டி வந்தது. கோவில் வழிபாட்டிற்கு இணையாகப் பிள்ளைகளின் படிப்பைக் கருதியுள்ளார்கள். கந்தன் குடியிருப்பு என்ற ஊரில் செபத்துக்கு ஒழுங்காய் வராததாலும், பிள்ளைகளைப் படிக்க அனுப்பாததினாலும், அவ்வூர்க் கோவிலைப் பூட்டிவிடும்படியும், செபம் பண்ண வேண்டாமென்றும் உபதேசியார் சவரிராயனுக்கு, சார்ஜெண்ட் என்ற அய்ரோப்பிய குரு 1845 மே 26இல் கட்டளையிட்டுள்ளார். மே 3 முடிய செபம் நிகழவில்லை. பின் ஊரவர் அபராதம் கட்டியபின் செபம் நிகழ்ந்ததை,

> பன்னிரண்டு பிள்ளைகள் பெண்ணும் ஆணும் படிக்க விடத் தீர்மானித்துச் சூன் மாதம் ஒன்றாம் நாள் கோவில் திறந்து செபம் பண்ணினேன் (1845 ஜூன் 1)

என்று எழுதியுள்ளார். கல்விச் சாலையில் ஆங்கிலமும் கற்றுக் கொடுத்ததை,

> "...சவரிமுத்துப் பிள்ளை சமாரியாவில் புதுப் பள்ளிக் கட்டியிருந்ததால், இங்கிலீசும் படித்துக் கொடுக்கத் துடங்கினார்."

என்று எழுதியுள்ளதால் அறியமுடிகிறது (1860 செப்டம்பர் 1) பத்தொன்பதாம் நூற்றாண்டிலேயே தேரிக்காட்டுக் கிராமங்களில்

ஆங்கில மொழிக் கல்வியை கிறித்தவ மிஷனரிகள் அறிமுகப் படுத்தியுள்ளன. பள்ளிகளுக்காகும் செலவைச் சரிக்கட்டும் வழிமுறையாகப் பள்ளியில் பயிலும் மாணவர்களிடமிருந்து கட்டணம் வாங்கப்பட்டுள்ளது.

> 'ஒவ்வொரு பள்ளிப் பிள்ளைக்கும் மாசம் 2 பைசா வீதம் இந்த வருசம் முழுவதுக்கு ரூ அரைக்கால் ஒவ்வொரு பிள்ளைகளுக்கும் வாத்திமார் வசூல் செய்து கொடுக்கவும் அதற்கு வாத்தியார் கூடாதென்றால் விசாரணை வாத்திமார்கள் உதவியாய் வாங்கவும், பெண்பிள்ளைகள் ஆண் பிள்ளைகளெல்லாருக்குந் தப்பாமற் செலுத்தும் படிக்கும் உத்தரவு'

என்று 1869 நவம்பரில் எழுதிய நாட்குறிப்பில் சவரிராயன் குறிப்பிட்டுள்ளார்.

பயண முறை

முறையான சாலைகளும் நல்ல போக்குவரத்து சாதனங்களும் இல்லாத அக்காலத்தில் பயணம் எவ்வாறு நடந்தது என்பது தொடர்பான செய்திகளை சவரிராயன் தம் நாட்குறிப்பில் பதிவு செய்துள்ளார்.

பயணம் செய்யும்போது உணவு விடுதிகள் இல்லாத அக்காலத்தில் கட்டுச்சோறு கட்டிக்கொண்டு செல்வது வழக்கமாயிருந்தது. பாதையைத் தெளிவாக அடையாளம் காட்டவும், பாதுகாப்பிற்காகவும் துணைக்கு ஆட்களை அழைத்துச் சென்றனர். இவ்வாறு உதவிபுரிவோருக்கு ஊதியம் கொடுக்கும் வழக்கமும் இருந்துள்ளது.

தன் மகன் மதுரேந்திர அய்யரின் மனைவியை தூத்துக்குடியில் கொண்டுவிட நல்லமாள்புரத்திலிருந்து மாட்டுவண்டியில் பயணம் புறப்பட்டபோது, வழிமாறிப் பயணித்ததை 'வழிபிசகி பழங்குளத்துக்குப் போய்' என்று எழுதியுள்ளார். இப்பயணத்தின்போது நாசரேத் ஊரில், ஒருவர் வீட்டில் இரவு தங்கிவிட்டு, மறுநாள் அதிகாலையில் புறப்பட்டபோது, அவ்வீட்டுக்காரர் துணைக்கு ஓராளை அனுப்பியதை,

> '...பரஞ்சோதி யென்றவனைக் கூடப் போய் வழி பிசகாமல் கொண்டு வந்து விட அனுப்பினார். அவனுமப்படியெ நேர்வழியாய் வெள்ளரிக்காய் ஊரணியென்ற வடக்கெ ஒருவழி கொண்ட இடம்வரையும் கூட வந்து விட்டுப் போனான். அவனவன் (அவ்வளவு அவன்) வராவிட்டால், பல பல வழிகளிலலைந்தும் விடிய மட்டும் வருத்தப்பட நேரிடும்.'

என்று 1866 செப்டம்பர் 25ஆம் நாள் நாட்குறிப்பில் எழுதியுள்ளார். இப்பயணத்தின்போது அத்திமரத்தூரில் அதே நாள் இரவு தங்கினார்கள். அதற்கான காரணத்தை,

> "... வழியும் நாங்களறிந்ததில்லை, மாடும் வரையறத்துரித மில்லை. கள்ளர் சில்லறையு முண்டெனக் கேட்டதினாலும் அந்த ஊரில் தானே தங்கிப் போகத் தீர்மானம்"

என்று எழுதியுள்ளார். 1866 செப்டம்பர் 23ஆம் நாள் காலையில் ஆறு மணிக்கு நல்லமாள்புரத்தை விட்டுப் புறப்பட்ட சவரிராயன், அன்று நண்பகலில் சாத்தான்குளத்திற்கு வடக்கேயுள்ள, பள்ளிவாசல் துலாக் கிணற்றில் நண்பகல் உணவருந்தி ஓய்வெடுத்து விட்டு அன்று பொழுதடையும் நேரத்தில் நாசரேத் வந்து தங்குகிறார். மறுநாள் 24ஆம் நாள் அதிகாலையில் அங்கிருந்து புறப்பட்டுப் பொழுதடையும் நேரத்தில் அத்திமரத்தூர் (இன்று அத்திமரப்பட்டி) வந்து சேர்கிறார். அங்கு செபத்தியான் என்ற கிறித்தவன் இவர்கள் சமைக்கவும், வண்டி மாடுகள் தண்ணீர் குடிக்கவும் உதவினான். இந்நிகழ்வு குறித்து,

> 'பின்பு காவலுக்கு காசு கேட்டவனிடத்தில் அவனுக்கும் காவலுக்கும் மூன்று துட்டு கொடுத்தோம். இராத்திரி கூடப்படுத்திருந்து விடிக்கால வெகுதூரம் வந்து வழிகாட்டிப் போனான். முத்தையாபுரத்துக்கு சமீபத்தில் வரும்போது கோழி கூவிற்று'

என்று எழுதியுள்ளார் (மேலது 796).

25ஆம் நாள் அதிகாலையில் அங்கிருந்து புறப்பட்டு கோழி கூவும் நேரத்தில் முத்தையாபுரம் வந்து, பின் தூத்துக்குடியை அடைகிறார். தூத்துக்குடியில் அவரது உறவுக்காரர் அலுவலகத்துக்குப் புறப்படும் நேரத்தில் அவர் வந்துள்ளார். அப்படியானால் காலை ஒன்பது மணியளவாவது இருக்கும் (ச.ச.க. II : 795).

பெரும்பாலும் கால்நடையாகவே பயணங்களை சவரிராய பிள்ளை மேற்கொண்டுள்ளார். நடந்து செல்லும்போது வழி காட்டவும் சுமைதூக்கவும் பிள்ளையைச் சுமக்கவும் துணைக்கு ஓர் ஆளை அழைத்துச் செல்லும் வழக்கம் இருந்துள்ளது. அவ்வாறு துணையாக வருபவருக்கு ஊதியம் வழங்கப்பட்டுள்ளது. துணையாக வருபவர்களின் சாதியை வழக்கம்போல் 'அன்' விகுதியிட்டே சவரிராய பிள்ளை குறிப்பிட்டுள்ளார்.

> 22–உ விடியக்காலம் புறப்படத் துணையாள்ச் சம்பளத்துக்குக் கிடைக்கவில்லை

23ஆம் நாள் விடிக்காலம் ஒரு பறையனைத் துணைக்குக் கூட்டி விட்டார்கள்.

25ஆம் நாள் விடியக்காலம் ஒரு ஆள் துணைக்கக் கூட்டிக் கொண்டு பழையதுஞ் சாப்பிட்டு ஷை அம்பாசமுத்திரத்துக்கு யஉ–மணியிற் போய்ச் சேர்ந்தேன்.

12ஆம் நாள் தெக்குத்தீத்தான்பட்டிக்கு வந்து செவ்வல்பட்டி அருளம்மானைக் கூட்டிக்கொண்டு பிள்ளையெடுக்க ஒரு மனிதனுக்கு சம்பளம் ரூ.காலேமாகாணியும் சாப்பாடுங் கொடுத்து யசஉ (14) புறப்பட்டு யகூஉ (16) சத்திய நகரம் வந்து சேர்ந்தோம்.

தபால் கொண்டுவரும் மாட்டுவண்டியிலும் பணம் கொடுத்துப் பயணம் செய்யும் வழக்கம் இருந்துள்ளது.

சுவிசேஷபுரத்திலிருந்து யாக்கோபுப்பிள்ளை வந்துடனே தூத்துக்குடிக்கு தவ்வால் வண்டியிற் போய்விட்டார்.

எ–மணிக்கு மேல் தூத்துக்குடி தவ்வால் வண்டியில் இரண்டுபேரும் புறப்பட்டோம்.

உணவு விடுதிகள் இல்லாத அக்காலத்தில் வழியில் உண்பதற்கு கட்டுச்சோறு கொண்டுபோகும் வழக்கமிருந்துள்ளது. அவ்வாறு கொண்டுபோன சோற்றின் அளவையும் தொடுகறியையும் சவரிராயபிள்ளை விரிவாகக் குறிப்பிட்டுள்ளார். பணம் கொடுத்து ஒரு வீட்டில் சாப்பிட்டதாகவும் எழுதியுள்ளார்.

சமையல் செய்து கட்டுச்சாதமும் ஒரு அண்டா நுஇ–மரக்கால் அமுதுபடிச் சாதமுங் கட்டி ஒருபானை பழயகறியும் சுண்டவைத்தது தம் இரண்டு தேங்காயும் ரு–பலப் புளியும் காலே அரைக்கால்ப்படி உப்பும் வத்தல் ஒருபடியும் வருத்துத் துவயல் செய்தும் சாத்துப்பொடி .. வெத்திலைப்பாக்குங் கொடுத்துச் செபம் பண்ணியனுப்பினார்கள். இரவில் துணைக்கு இரண்டு கூலியாளுங்கூட.

'நானும் மதுரேந்திரமும் அசல் வீட்டிற் துட்டுக் கொடுத்துச் சாப்பிட்டோம்' என்று அவர் எழுதுவது பணம்கொடுத்து அயல் வீட்டில் சாப்பிடும் பழக்கம் இருந்ததை உணர்த்துகிறது.

தம் உறவினர்கள் வாழும் ஊர்களுக்குச் சென்று வந்தபோது அவ்வூர்களின் பட்டியலையும் கொடுத்துள்ளார். தாம் சென்ற குலசேகரன்பட்டினம், தூத்துக்குடி ஆகிய ஊர்களில் தாம் பார்த்த இடங்களையும் குறித்துள்ளார்.

யகூ – உ காலையிற் பிறப்பட்டு தங்கு நகரம், புதுமனை வழிக்குக் குலசேகரன் பட்டிணத்துக்கு சாயுங்காலம் மூன்று மணிக்குப் போய்ச்சேர்ந்தது. உய–உ நான் ஷை பட்டிணத்துத் தெருவுகள், பண்டகசாலை, கடைகள், கடற்கரைத் தோணிமுகங்கள், மணப்பாட்டுப் பொளி முகம் வரையும், அளக்குடி பறைச்சேரி, நமது வேதக் கோவில்கள், பள்ளிக் கூடங்கள், பள்ளி வாசல், துலுக்கத் தெருக்கள், பரவர் தெரு, கோவில் கைச்சேரி, மறத்தெரு, செந்திகாத்த மூப்பனாரவர்கள் வளவு, இனசனத்தெருவும், பிள்ளைமார் தெருக்கள், ஐஞானக் கோவில்கள், இடையர் தெரு முதலானவைகளிலும் ஏறக்குறையச் சுத்திப் பார்த்து வந்தேன்.

செய்தித் தொடர்பு

வண்ணார், நாவிதர், அருந்ததியர், பறையர், வெள்ளாளர் ஆகிய சாதியைச் சேர்ந்தோர் ஓலையில் அல்லது காகிதத்தில் எழுதப்பட்ட செய்தியைக் கொண்டு வந்துள்ளனர். இவ்வாறு செய்தி கொண்டு வந்தவர்களுக்கு உணவு வழங்கி, சிறிது பணமும் கொடுக்கும் வழக்கம் இருந்துள்ளது. சிலர் இப்பணிக்கு அதிகக் கூலி கேட்டுள்ளனர்.

பரவன்வசம் வந்த காயிதம் நேத்திரவில்ப் பார்த்தோம்.

யகூ–நாள் மோட்ச விளக்கு என்ற ஓலை கொண்டு வந்து சக்கிலியர் இரண்டு பேருக்கும் சாப்பாடும் போட்டு துட்டு கொடுத்தனுப்பினோம்.

எழுதவேண்டியவர்களுக்கு எழுதினால் ஓலை கொண்டு போக இவ்விடத்திலுள்ள வேளாளன் அதிகக்கூலி கேட்பானே. ஆள் அகப்படுமென்பது இன்னர்திட்டமில்லை.

என் பெரிய தகப்பனார் தருமநாத பிள்ளை பெண்சாதி மரிகருதம்மாள் மரித்ததாக ஓலை வந்தது.

உக– உ சாயுங்காலம் 4 மணிக்கு தொட்டன்பட்டியிலிருந்து ஓலை வந்தது, எனது அம்மான் விசேந்தி முத்து செட்டியாரவர்கள் மரித்த செய்திக்கு சவரிமுத்துப்பிள்ளை மகன் மிகேல் இறந்ததாகச் சக்கிலியன் ஓலை கொண்டு வந்தான். உடனே சாப்பாடு கொடுத்து ரூபாய் மாகாணியுங் கொடுத்தனுப்பினேன்.

வடக்கன்குளம் தம்பி பாஞ்சோதியா பிள்ளை மகள் புத்தியறிந்ததாக வண்ணான் வந்தான். சாப்பாடுஞ் செய்து ரூபாய் அரைக்கால் கொடுத்தனுப்பினோம்.

உக–உ சாயுங்காலம் ச மணிக்கு தொட்டன்பட்டியிலிருந்து ஒலை வந்தது எனது அம்மான் விசேந்திமுத்து செட்டியா ரவர்கள் மரித்த செய்திக்கு.

யநு–உ ஷை தாயும் வியாகப்பனுந் தங்கச்சி செபத்தியாமியும் வந்தார்கள். கூ–உ வண்ணான், பிள்ளையவர்கள் வீட்டுக்குப் போய்ச் சொன்னதினால்

உஎ–உ தேவசகாயம்பிள்ளை காயிதம் கும்பினி தவ்வாலில் வந்தது.

திசையன்விளை சுப்பிறமணியன் செட்டியா மனவி நடசஞ்சலமா யிறந்தவள்க்கு துட்டி சொல்லியாள் வந்தது. குடிமகன், அவனுக்கு படி பசா கூ – கொடுத்து விட்டேன்.

காயிதங்களைத் தவ்வால்காரனுக்குக் கொடுத்த போது கனம் ஐயரவர்கள் உத்தரவு இடையங்குடித் தவ்வாற் சாவடிக்கு முத்திரைதலை யொட்டி யனுப்பும்பாடி செய்யவும், இவ்விடத்திற் கொண்டு போக்க கூடாதென்று தவ்வால்க் காரனுக்கு உத்தரவாம். இதினால் ஷை காயிதங்கள் இந்த வதலி தவிர இனிமேல்ப்பட தலை யொட்டிப் போடுகளென்று ஷை ஞானாயுதஞ் சொல்லிப் போனான்.

கனம் மதுரேந்திர ஐயருக்கும் மரியசவரிமுத்துப் பிள்ளைக்குங் காயிதம் எழுதிநேன். தவ்வால் முத்திரை ஒட்டி யனுப்பினோம்.

அஞ்சல்முறை அறிமுகமான பின்னர் காபிக்கொட்டை, ரொட்டி ஆகியனவற்றை அஞ்சல் வாயிலாகப் பெற்றதையும் சவரிராயன் குறிப்பிட்டுள்ளார்.

குற்ற நிகழ்வுகளும் தண்டனைகளும்

தாம் கேட்டறிந்த மற்றும் கண்டறிந்த குற்றச்செயல்கள் குறித்தும், குற்றம் செய்தவர்கள் பிடிபடும்போது கிறித்தவ மறைப்பணியாளர்களால் அவர்களுக்கு விதிக்கப்பட்ட தண்டனைகள் குறித்தும், சில பதிவுகள் சவரிராயன் நாட்குறிப்பில் இடம்பெற்றுள்ளன. வயிற்றுப் பசியின் காரணமாக இரவில் வீட்டிற்குள் நுழைந்து சோறு சாப்பிட்டுவிட்டுப்போன இரு நிகழ்வுகளை அவர் பின்வருமாறு பதிவு செய்துள்ளார்.

இரவில் நமது வீட்டிற் கள்ளர் வந்து பெட்டியிலிருந்த சேலத்துப்பட்டுக்கரைச் சோமனும், துவைத்துப் போட்டிருந்த உடை வேட்டியுமெடுத்துப் போய்விட்டான், தயிருஞ் சாதமும் சாப்பிட்டுக் கொண்டான் (1844 ஜீலை 18).

என் வீட்டில் மத்தியானம் பூட்டிப்போட்டுப் போக – நுளைந்து துறவுகோல் நாலும் எடுத்தவன் ஒரு திறவுகோல் கொண்டு வீட்டைத் திறந்து, உள் நாறாங்கிப் போட்டு, பிறவாசலைத் திறந்து, சட்டியிற் சோறு போட்டு, விரகித் தின்று போய்விட்டான். கொப்பு முடுகும் ஒன்று மாத்திரம் எடுத்துப் போனான். திறவுகோலும் பூட்டுமிருந்தது. வேறொன்றும் எடுக்கவில்லை *(1855 அக்டோபர் 2).*

சுவிசேஷபுரம் என்ற ஊரில் திருமணமான பெண்ணொருத்தி யிடம், திருமணமாகாத ஓர் இளைஞன் உறவு கொண்டதற்கு கிறித்தவ மறைப்பணியாளர்கள் வழங்கிய தண்டனையை 1859 அக்டோபர் மாத நாட்குறிப்பில் அவர் பதிவுசெய்துள்ளது வருமாறு:

"18ஆம் நாள் இரவில் சமுசாரக் காரியாகிய ஒருத்தி வீட்டில் விவாகஞ் செய்யாத ஒரு வாலிபன் போனதை, புருஷன் பிடித்து பிள்ளையவர்கள் முகதாயில் (முன்னிலையில்) விசாரணைக்கிடமாக்கி 19ஆம் நாள் கனம் ஐயரவர்களுக் கறிவித்து 21ஆம் நாள் மேற்படி விபசாரரிருவருக்கு சாணங்கி (சாணி) வைச்சி விளக்குமாறாலடித்ததுவும் (துடைப்பம்) எருக்கமாலையும், கொப்பு குப்புங் கொண்டு வரப்பட்டது. இப்படியவர்களுக்கு வெள்(ட்)க்கமும் மற்றவர்களுக்கு எச்சரிப்பாகவும் செய்யப்பட்டது.

அக்டோபர் 18ஆம் நாள் நிகழ்ந்த குற்றத்துக்கு மூன்று நாட்களில் தண்டனை வழங்கப்பட்டுள்ளது. சிறு குற்றங்களுக்குக் கடுமையான தண்டனை வழங்கப்படவில்லை. சமாரியா என்ற கிறித்தவக் குடியிருப்பில் சண்டைபோடும் பெண்களுக்கான தண்டனை குறித்து,

சபையாருக்குள் சண்டைக்காரிகளானவர்களுக்கு இனிமேல் சாலைமரத்துக்குத் தண்ணீர் விடச் செய்கிறது அபராமென்று தீர்த்துஞ் *(1855 ஏப்ரல் 15)*

என்று சவரிராயன் எழுதியுள்ளார். குற்றம் சாட்டப்பட்டவரின் வீடுகளுக்குச் சென்று காவல்துறையினர் மேற்கொள்ளும் அத்துமீறலை,

ஆலங்கிணற்று சிவசுப்பிரமணியத் தேவன் திருச்செந்தூர் பப்பி முத்தய்யன் வீட்டில் கொள்ளையிட்டதாக சேவகர் வந்து பெண்பிள்ளைகள் முதலானவர்களை இம்மிசு (இம்சை) செய்தார்கள் *(1846 சனவரி 5)*

என்றும் சவரிராயன் குறிப்பிட்டுள்ளார்.

களவு, கொள்ளை, கொலை, தீவைப்பு ஆகிய குற்ற நிகழ்வுகள் சவரிராயன் நாட்குறிப்பில் இடம்பெற்றுள்ளன. பாலியல் குற்றங்களும் குறிப்பிடப்பட்டுள்ளன.

குற்றம் செய்தவரைக் காவல் நிலையத்தில் ஒப்படைக்கும் நடைமுறை வழக்கிலிருந்துள்ளது. சில நேரங்களில் மிஷனரிகளின் பார்வைக்குக் கொண்டு போகப்பட்டுள்ளது. சாதிப்பற்றின் காரணமாக அவ்வாறு கொண்டு செல்லாது விட்டுவிட்டதாகவும் சவரிராய பிள்ளை வருந்துகிறார்.

இவை தவிர கிறித்தவக் கோட்பாடுகளுக்கு மாறாக சிலர் நடந்து கொண்டதும், அதற்கு மிஷனரிகள் தண்டனை விதித்ததும் இடம்பெற்றுள்ளன.

கிறித்தவர் அல்லாதாரோடு மண உறவு கொண்டமை, உருவ வழிபாடு நிகழ்த்தியமை, பேய் வழிபாடு என்பன சமயத்திற்கு எதிரான குற்றங்களாகக் குறிப்பிடப்படுகின்றன.

சமாரியாபுரத்தில் ஒரு கிறித்தவப் பெண்ணுக்கு கிறித்தவ முறையிலல்லாது திருமணம் செய்வித்த அப்பெண்ணின் தாய்க்கு விதிக்கப்பட்ட தண்டனை குறித்து,

> *கிறிஸ்து மார்க்கப் பிள்ளையை அஞ்ஞானவிதமாய்க் கலியாண முடித்துக் கொடுத்த கைம்பெண் சின்னக்கண்ணுக்கு ரூபாய் ஒன்று அபராதம் வாங்கி ஐயருக்கனுப்பினேன் (1846 அக்டோபர் 2)*

என்று எழுதியுள்ளார். ‘அஞ்ஞானி’ என்ற சொல்லால் இந்துக்களைக் குறிப்பது அய்ரோப்பிய மறைப்பணியாளர்களிடம் இருந்து தமிழ்க் கிறித்தவர்களுக்கும் பரவியது. அய்ரோப்பியர்களின் தன்னின உயர்வாதத்தின் வெளிப்பாடே ‘அஞ்ஞானி’ என்ற சொல். ஞானமற்றவன் என்பதே இச்சொல்லின் பொருளாகும். தற்போது ‘அஞ்ஞானி’ என்ற சொல்லால் இந்துக்களை அழைக்கும் பழக்கத்தை கிறித்தவர்கள் நிறுத்திவிட்டார்கள். பெந்தேகோஸ்தே பிரிவினர் மட்டுமே இச்சொல்லை அவ்வப்போது பயன்படுத்துவதுண்டு.

கல்லறையில் இடம்மறுத்தல், ஊரைவிட்டு விலக்கிவைத்தல் ஆகிய தண்டனைகளை மிஷனரியினர் விதித்துள்ளனர். ‘மண்சுமக்கும் தண்டனை’ நீதிமன்றத்தால் விதிக்கப்பட்டதாகவும் அவர் குறிப்பிட்டுள்ளார். கடுங்காவல் தண்டனையை இவ்வாறு குறிப்பிட்டிருக்கலாம்.

நோயும் மருந்தும்

காலரா நோயினால் மரித்தவர்கள் குறித்த செய்தி அடிக்கடி கூறப்பட்டுள்ளது. இது வாந்திபேதி என்று குறிப்பிடப்படுகிறது.

> இம்முணிச் சாமுவேல்ப் பிள்ளைக்கும் அவர் மனவிக்கும் அவர் தாய் ஒரு சாணாத்தியைக் கொண்டு பேதிக்கு மருந்து கொடுத்ததில் பேதியும் வாந்தியுமுண்டாய் மரணத்துக்குச் சமீபமாயிற்று. அப்பால் யாக்கோபு: வயித்தியன் மாற்று மருந்துகள் செய்து தேவியிரக்கத்தினாலே பிழைத்தார்கள். நான் மிகவும் பயந்து தேவனைப் பத்தியோடு மன்றாடினேன். ஏழை விண்ணப்பத்தைக் கேட்டதுக்கு ஸ்தோத்திரஞ் செய்தேன். நாங்கள் ஷை என் தாயிடத்திற் கேட்டபோது, அவள் மருமகளுக்குப் பிள்ளையுண்டாகவென்று விரும்பி யந்த மருந்து கொடுத்ததாக விளங்கிற்று.

> வடக்கன் குளத்தில் ஏழெலை வள்ளிக்கிளங்கு தின்றவர்கள் அநேகருக்கு பேதி உவாந்தியுண்டாய் வருத்தமாய்ப் பிளத்ததாயும், சாணாக்குடியில் ஒரு பெண்பிள்ளையும் மாப்பிள்ளை கிளாக்குணம் சவரிமுத்துப்பிள்ளை மகள் ஐந்து வயது பெண் பிள்ளை ஒன்றும் மரித்துப்போனதா யவ்விடத்துக் காயிதம் வந்ததாயும், வெள்ளிக்கிழமை தான் வருகிறதாகவும் எழுதி வந்தது.

> வேதமாணிக்க வாத்திமகள் பாக்கியத்துக்குப் பேதி இரவில். மறுநாள் 28 மரித்தகாக் கேட்டேன்.

> முருகன் குறிச்சி, உபதேசிமார் கல்விச்சாலையில் ஒரு மாணாக்கன் வாந்தியிலிறந்தாகவும் வந்தது.

> இடையங்குடியில் சத்தியநாத உபதேசி கொழுந்தி மகன் கலியாணமுகிந்து பத்தாமாசம் வாந்தியிலிறந்ததாகவும் கேட்டேன்.

வெறிநாய்க்கடி, காயத்தின் வாயிலாகத் தொற்றுநோய்க் கிருமிகள் நுழைந்தமையால் ஏற்பட்ட சன்னிக்காய்ச்சல் ஆகியனவும் இறப்புக்குக் காரணமாயிருந்துள்ளன.

> இலத்தூர் சவரிமுத்து செட்டியார் மகன் செவ்வல்பட்டியில் காலில் கட்டை குத்தினதின் பேரில் சன்னி வந்து செத்துப்போனதாகவும் சொன்னார்.

> தங்கம்மை மகள் கைம்பெண் அன்னம்மை பெற்றிருந்த ஆண்குழந்தை பேநாய் (வெறிநாய்) கடித்திறந்ததாகவும் செய்தியென்று மரியம்மாள் சொன்னாள்.

தனக்கு ஏற்பட்ட நோய் குறித்து தன் மகன் தருமநாத சஞ்சீவிக்கு விரிவான கடிதம் ஒன்றை சவரிராய பிள்ளை எழுதியுள்ளார்.

அம்மைநோய்த் தடுப்பில் மிஷனரிகள் ஆர்வம் காட்டி யுள்ளனர். அம்மைத் தடுப்பூசி போடும் பணியை உபதேசியார்கள் மேற்கொண்டிருந்தனர். இதுகுறித்தும் சவரிராய பிள்ளை எழுதியுள்ளதை முன்னர் கண்டோம்.

சில வேர்களை மாலைபோல் கோர்த்து கழுத்தில் சிறிது காலம் அணிந்திருந்தால் மஞ்சள் காமாலை நோய் குணமாகும் என்ற நம்பிக்கை இன்றும் உள்ளது. இதை வேர்கட்டுதல் என்பர். இது கட்டும்போது மந்திரித்துக் கட்டுவர். சவரிராய பிள்ளை செபம்செய்து குழந்தைக்கு வேர் கட்டியுள்ளார். இங்கு வேர் ஏற்றுக்கொள்ளப்பட்டு, மந்திரம் கிறித்தவச் சார்புடைய செபமாக மாற்றப்படுவதைக் காண்கிறோம்.

நீண்ட நாட்களாக நோய் குணமாகாவிட்டால், அது பேய்க்குற்றம் என்று கருதி பேயோட்டும் சிகிச்சை முறைகளை மேற்கொள்வது வழக்கம். 'நோய்க்கும் பாரு பேய்க்கும் பாரு' என்ற பழமொழியும் உண்டு. பேய் பிடித்தல் தொடர்பான சில நிகழ்வுகளையும் சவரிராய பிள்ளை குறிப்பிட்டுள்ளார்.

> இரவில் மேலவீட்டில் இளையவன் வெறித்துப் புலம்பத் தமையனுந் தம்பிமாரும் விசாரணைவாத்தி சவரிமுத்து, சற்கண உவாத்தியும் கூடயிருந்து பரியாசம் பண்ணிச் சிறித்துக் கூக்குரலிட்டார்கள். அங்கே பேசும் ஆதாளி நம்முடைய வீட்டிலிருக்கிற வியாதிக் காரிக்க உபத்திரவமாயிருந்ததுந் தவிர என் தனித்த வாசிப்புக்குந் தடையாயிருந்ததினால் ஷை யார்களுக்கு சீர்படுதலைக் கர்த்தர் கொடுக்க வேண்டுமென்று செபம் பண்ணிப் படுத்துக் கொண்டேன்.

> சபையைச் சேர்ந்த புலைமாடி மகன் சுவிசேஷ முத்துக்கு வியாதி கடினமானதாயும், அவன் தாய் பேய்க்கு, நேந்ததாயுங் கேள்வியானேன் (கேள்விப்பட்டேன்).

கணை நெய் தயாரிக்க சிறு 'சின்னியிலை' கேட்டு, சவரிராய பிள்ளை கடிதம் எழுதியுள்ளார். இக்கடிதத்தில் கணை நெய்யில் சேர்க்கப்படும் மருந்துச்சரக்குகள் குறிப்பிடப்பட்டுள்ளன.

> இன்னாசியம்மாள் மகனுக்குக் கணை நெய் வைக்கிறதுக்கு அவ்விடத்தில் அல்லது வேப்பிலாங்குளத்தில் சிறு சின்னியிலையுண்டாம்: அந்தயிலை ஒரு பிடியும் இண்டு வேர்ப்பட்டை சீவினத்தில் ஒரு பிடியும் சாரணைவேர்

பருவேரில் ஒன்றம் இ(½)– களஞ்சி கோரோசனையும் வேண்டியதுகள் அவ்விடத்திலகப்படுகிறதாயிருந்தாலிந்த நாலு மருந்து மனுப்புகிறது. எவ்விதத்திலும் சிறுசின்னி இவ்விடத்தில்க் கிடையாததினால் சேகரித் தனுப்பவேணும்: மற்றதும் உண்டாய் ஒன்றாய் வந்தால் உடனே ஷை கணையெண்ணை வைத்தனுப்பலாம்.

ஓமத்தையும் சுக்கையும் ஒன்றாகக் கருக்கி மருந்து சாப்பிடுவது, வயிற்றுப்பூச்சி நீங்க காயம் சாப்பிடுவது, விடாத இருமலுக்கு, பாலில் கற்கண்டும் மிளகும் பொடித்துப் போட்டுச் சாப்பிடுவது போன்ற செய்திகளும் இடம்பெற்றுள்ளன.

'பின்பு கிரிமிக்காக காயத்தை ரசதாளிப் பழத்திற் பொதிந்து சாப்பிட்டேன்' என்று அவர் எழுதுவதில் இருந்து வயிற்றுக் கிருமியைப் போக்க வாழைப்பழத்தில் காயத்தை வைத்து உண்ணும் பழக்கம் இருந்துள்ளமை தெரியவருகிறது.

எனக்குந் துரத்தலுக்குப் (இருமலுக்கு) பால்வாங்கி, மிளகு கற்கண்டும் நுனிக்குப் போட்டுக் கொடுத்துவிட்டு ய(10)– மணிக்கு மேல் ஊருக்குப் போனாரய்யர்.

இங்கு அய்யர் என்று அவர் குறிப்பிடுவது போதகராய் இருந்த அவரது மகன் மதுரேந்திர அய்யரை. இருமலுக்கான இவ்வெளிய சிகிச்சை முறை இன்றும் நடைமுறையிலுள்ளது.

இவை தவிர நாட்டு மருத்துவம் தொடர்பான வேறு சில செய்திகளும் இடம்பெற்றுள்ளன.

உஉ–உ விடியக்காலம் மருந்துக்கு மொசுமொசுக்கை கொடுப்பையிலேயும் மாதவன்குளத்துக்குப் போய்க் கொண்டு வந்து மருந்து சாப்பிட்டேன்.

யநு–உ மதுரேந்திரஐயர் சுகசெய்திக்குக் காயித மனுப்பினார். எனக்கு நன்னாரிவேர்க் கசாயஞ் செய்து சாப்பிடவும்.

இப்போது நடுவுள்ளபிள்ளை மதுரேந்திரம் விழுந்து கைமுறிந்து மட்டை வைத்துக் கட்டியிருக்கிறது.

யநு – உ கண் சுகத்துக்கு நெய்த்தப்பழஞ் செய்தது.

மதியத்துக்கு மேல் மாதாவடியாள் அணைக்கரையிலிருந்து வந்தவள் வடக்கன்குளத்தில் தேவசகாயம்பிள்ளை விரியாத்தாப்பில்க் குப்புற விழுந்து பல் ரெண்டு உடைந்து விழுந்துங் காயப்பட்டும் முக வீக்கமுமாய் வருத்தப்பட்டு யிருக்கிறதாய்ச் சொன்னாள்.

ய-உ மரியசவரிமுத்து குழந்தைக்குஞ் சவுக்கிய மில்லாததாய்க் கொண்டு வந்தான். அதற்கு வேர்க்கட்டியும் தாடகை நோய்க்கு மருந்து பூசியும் சுகமாயிற்று.

சாயந்திரம் ஷை குழந்தைக்கு வேர்கட்டும்படி செபஞ் செய்து கட்டினேன்.

ய-உ ஓமம் சுக்குக் கருக்குச் சாப்பிட்டேன்.

பிற சமயம் குறித்த பதிவுகள்

கத்தோலிக்கம்

சவரிராய பிள்ளையின் முன்னோர்கள் கத்தோலிக்கர் என்பதையும், அவர் தமது அறுபதாம் வயதில்தான் சீர்திருத்த கிறித்தவப் பிரிவைத் தழுவினார் என்பதையும் தொடக்கத்தில் கண்டோம். அவரது நெருங்கிய உறவினர்கள் பலரும் கத்தோலிக்கர்களே. கத்தோலிக்கம் சீர்திருத்த கிறித்தவம் என்ற இரு பிரிவுகளும் குடும்ப உறவில் ஏற்படுத்திய நெருடல்களை அவர் பதிவு செய்துள்ளார்.

கத்தோலிக்கத்திற்கு எதிரான சடங்குடன் கூடிய கொண்டாட்டத்தைச் சீர்திருத்த கிறித்தவர்கள் ஆண்டுதோறும் நடத்துவதை வழக்கமாகக் கொண்டிருந்தனர்.

கத்தோலிக்கர் நடத்தும் திருவிழாக்கள் தொடர்பாகக் கடுமையான விமர்சனத்தை அவர் செய்துள்ளார். அவரது சொந்த ஊரான வடக்கன்குளம் என்ற ஊரைச் சேர்ந்த கத்தோலிக்கர்கள், நாடார் கத்தோலிக்கர், வெள்ளாளக் கத்தோலிக்கர் என சாதியின் அடிப்படையில் பிளவுண்டிருந்தனர். தமது பூர்வீக ஊரின் இந்நிலை குறித்தும் அவர் குறிப்பிடுகிறார்.

வேலையில் இருந்து ஓய்வு பெற்ற பின்னர் வடக்கன்குளத்தில் குடியேறப்போன சவரிராய பிள்ளையை, அவர் சீர்திருத்தக் கிறித்தவ சபையைச் சேர்ந்தவர் என்பதால் குடியிருக்கவிடாமல் விரட்டிவிட்டனர்.

வெளிநாடு சென்ற கணவன் நீண்ட காலமாகத் திரும்பி வராத நிலையில், பெண்ணொருத்தி வேறொரு ஆடவனுடன் தொடர்பு கொண்டு இரண்டு ஆண் பிள்ளைகளைப் பெற்றெடுத்தாள். திரும்பி வந்த கணவன் அவளையும் அவள் பிள்ளைகளையும் ஏற்றுக்கொண்டான். அவனது இச்செயலை அவன் சார்ந்திருந்த கத்தோலிக்க சமயத்தின் பாதிரியார் ஏற்றுக்கொள்ளவில்லை. இச்செய்தியைக் குறிப்பிட்டுவிட்டுச் சீர்திருத்த கிறித்தவச்

சபையின் அணுகுமுறை அவனுக்கு ஆதரவாக அமையும் என்று குறிப்பிடுகிறார் சவரிராயன். அது வருமாறு:

> முதலிய பிள்ளைகளில் ஒருத்தன் கலியானமுகித்த பெண்ணை விட்டுக் கொழும்பு போனவன் யகூஹத்துக்கு பின் வந்ததும் அவனைச் செத்துப்போனா னென்று அவன் சொக்காரர் நிலங்கரைகளை யெடுத்துக் கொண்டு ஷை யான் பெண்சாதியை வீட்டைவிட்டுத் துரத்தி விட்டதும் அப்பாலவளாதறவற்றவளாய்த் திரிந்து ஒரு ஆண்பிள்ளைப் பெற்றதுக்குப் பின்னொரு ஆண் குழந்தை பெற்று மிருந்து க. ஏழு வயசும் ஒன்று கஇ. வயசுமாயிருக்கிற போது ஷை யாள் புருசன் பணத்தோடு வந்து ஷை நிலங்களைத் திருப்பியும் மனவியைச் சேர்த்துக் கொள்ளவுமாயிற்றாம். அதுக்கு அவனினத்தாரும் சாமியாருஞ் சம்மதிக்கிறார்களில்லையாம். அந்தக் குழந்தைகளைக் குருக்கள் தங்கள் தருமச்சாலை வீரபாண்டியம் பட்டணத்தில் விட்டால் அவள் புருசனிடத்திற் சேரலாம், அல்லது படாதென்று இனத்தார் அந்த பிள்ளைகள் வெள்ளாளனுக்குப் பிறந்ததினால் இனத்திற் சேர்க்கப்படாதென்று சொல்லப் புருசன் எப்படியும் அவள் தானே பெற்றது, நானிருந்தாலு மவள்தானே பெறுவாள், நானவளை விட்டுப்போனது தப்பிதம், இனத்தார்களாகிய நீங்களும் அவளிடத்தில் வருகிறவனுக்கு இடங்கொடுத்த துங்கள்பேரில் தப்பிதம், ஷையவளைக் கெடுத்தவனை ஒருவனாவது குத்திக் கொன்றால் ஒருவனைத் தானே தூக்குவார்கள் அப்படிச் செய்யாதவனும் இப்படிப்பேச என்ன ஞாயமிருக்கிறது, பாதிரி தான் என்ன செய்வான் பார்ப்போ மென்றும், நான் அங்கேபோய் சும்மாயிருந்தேனோ, அப்படித்தான் அவளுஞ் சும்மாயிருக்கவில்லைப் பிள்ளையை தள்ளிவிடுகிறது மில்லையவளையும் சேர்த்துக் கொள்ளத்தான் செய்வேனென்றுஞ் சொல்லிக் கொண்டிருக்கிறானாம். அப்போது ஷை ஞானுப்பிள்ளைக்கு நான் உங்கள் வேதக்காரருங் குருக்களுஞ் செய்கிற அனியாயத்தைப் பாருங்கள், அவன் எங்கள் மாற்கத்தைச் சேர்ந்தா லவனுக்கு மவளுக்கும் சேமமாயிருக்கச் செய்வோம். ஷையாள் குலைபாதகமா யளியாமற் பெற்றவளத்ததும் அவனும் வந்து அவளைத் தள்ளாமற் சேர்த்துக் கொள்வே னென்பதுக்குஞ் சந்தோஷஞ் செய்து சபையிற் சேர்த்துக் கொள்ளப் படுமென்றேன்.

அய்யாவழி

வைகுண்டசாமி உருவாக்கிய சமயநெறி 'ஐயா வழி' என்ற பெயரில் இன்றளவும் தென்மாவட்ட நாடார் மக்களிடம் செல்வாக்குடன் உள்ளது. இந்நெறியைப் பின்பற்றுபவர் ஒருவரை வெளியூரில் சந்தித்த அனுபவத்தை அவர் குறிப்பிடுகிறார்.

இறப்பு நிகழ்வுகள்

சவரிராய பிள்ளையின் சொந்தபந்தங்களின் இறப்பு, அவர் பணிபுரிந்த ஊரில் வாழ்ந்த கிறித்தவக் குடும்பங்களில் நிகழ்ந்த இறப்பு, அவர் கேள்விப்பட்ட இறப்புச் செய்திகள் என்பன இங்கு இடம்பெற்றுள்ளன.

வாந்தி, வயிற்றுப்போக்கு, நாய்க்கடி, வெட்டுக்காயங்களில் ஏற்படும் கிருமித்தொற்று, நீரில் மூழ்குதல் என்பன இறப்புக்குரிய காரணங்களாகக் கூறப்படுகின்றன.

கிறித்தவசபைக் கோட்பாடுகளுக்கு முரணாக நடந்தவர்களுக்கு, கல்லறைத் தோட்டத்தில் இடம் மறுக்கப்பட்டுள்ளது.

பெண் குழந்தையொன்று தண்ணீரில் மூழ்கி இறந்தபோது அப்பெண்ணின் பெற்றோர்கள் தேவாலயத்திற்கு ஒழுங்காக வராமைக்கான தண்டனையென்று அவர் குறிப்பிடுவது கொடூரமாக உள்ளது. மட்டுமீறிய சமய உணர்வு இரக்க உணர்வைத் துடைத்துவிடும் போலும்!

நோயினால் ஏற்பட்ட இறப்புகள் 'நோயும் மருந்தும்' என்ற தலைப்பில் ஏற்கனவே குறிப்பிடப்பட்டுள்ளன.

மரணப்படுக்கையிலிருந்த நாடாரொருவர் சமாரியா ஊரில் 1854 டிசம்பர் 31ஆம் நாள் மரணமடைந்தார். அவர் உயிர்பிழைக்க வேண்டி நாட்டார் தெய்வங்களை வணங்கியதால் அவரது பிண அடக்கத்திற்கு உபதேசியார் என்ற முறையில் சவரிராயன் செல்லவில்லை. இதுகுறித்து,

> "அவன் பேய்க்கு நேர்ந்து பிசாசாரதனை (பிசாசு வழிபாடு) செய்தும் பிழையாமற் செத்தானாதினாற் செபஞ் செய்தடக்கப் போக மாட்டேனென்றேன். மற்றவர்கள் வேதமார்க்கத்தானை எடுக்கிற விதமாய்த்தானே எடுத்துப் புதைத்தார்கள் (1854 டிசம்பர் 31)".

என்றெழுதியுள்ளார். அதே நேரத்தில் ஆதரவற்ற கைம் பெண்ணொருத்தி இறந்தபோது மேற்கொண்ட செயலை,

திக்கற்ற கைம்பெண் மரித்துப் போனாள். அவளை யடக்கம் பண்ண வேண்டிய பிரயத்தனம் செய்திருந்தோம். மோசே உபதேசியார் அவளுக்குச் சேலை வாங்கி வந்தார் சந்தையில் போய். பின்பு அடக்கஞ் செய்தோம். மேற்படி உபதேசியார் செபம் பண்ணினார் *(1863 செப்படம்பர் 24)*

என்று எழுதியுள்ளார். கிறித்தவ விழுமியங்களுக்கு மாறான வாழ்க்கை வாழ்ந்தோரின் மரணச் சடங்கில் கலந்து கொள்வதை சில அய்ரோப்பிய குருக்கள் தவிர்த்துள்ளனர். இதுவும் ஒரு வகையான தண்டனையே. காவல் துறையில் தலைமைக் காவலராகப் பணியாற்றி வந்த ஒருவர் மரணமடைந்தபோது அவரது சவ அடக்கத்தில் ஐயர் கலந்து கொள்ளாததை,

... அவர் அலுவலிலிருக்கும் போது ஆடம்பரமானவைகளை நடப்பித்துக் கிறிஸ்தவர்களுக்கடாத காரியங்கள் செய்தா ரென்பதினால் கனம் ஐயர்மார் போயவரை யடக்கஞ் செய்யவில்லையாம்

என்று 1863 டிசம்பர் பத்தாம் நாள் தன் மகன் தேவசாயம் பிள்ளைக்காக எழுதிய கடிதத்தில் குறிப்பிட்டுள்ளார். பிண அடக்க நிகழ்வு குறித்து அவர் விவரித்தெழுதியுள்ள பகுதிகள் வருமாறு:

உஎ–உ காலையில் சோதிநகரத்திலிருந்த நட்டாத்தி ஞானமுத்து உபதேசியார் மரித்த செய்தி வந்தது. நெடு நாளாய் இருமல் எய்ப்பும் (இளைப்பும்) பலநாளாய் மருந்துகள் சாப்பிட்டுஞ் சுகமில்லையென்றும் நாளடவாய் தேகம்வத்தி உலர்ந்துபோய் மரணத்துக்கு ஆயித்தமாகவே யிருந்தாரது மனவி பிள்ளைக்கு ஆறுதலாயிருந்தது. ஓய்வு நாளானதால் காலை நானும் மத்தியானம் மோசே உபதேசியாரம் ஆராதனை நடப்பிக்க வேண்டியதினால் பின்பு சோதி நகரத்துக்குப் போகவில்லை. இங்கே யவருக்குப் பெட்டி செய்தார்கள். பின்பு இங்கே கல்லரைத் தோட்டத்தில் அடக்கம் பண்ணக் கொண்டு வருகிறதாகக் கேள்வியானோம். அந்தப்படிக்கு ஆறுமணிக்கு கல்லரைத் தோட்டத்திற்கு வந்து கனம் மதுரேந்திர ஐயர், விசாரணை உபதேசிமார், உபதேசிகள், உவாத்திகள், முக்கந்தன்மார், சபையாரிற் சிலருங் கூட்டம். தீவெட்டி போட்டு சா இ– மணியில் அடக்கஞ்செய்யப்பட்டது.

○

பள்ளிக்கூடத்தில் வேதக்கண்ணுபதேசி மகள் பாக்கியம் பெரியமனுசியானது இறந்து போயிற்றென்றாயிற்று.

ஆண்பிள்ளிப் பிள்ளைகளுஞ் சபையாரங் கூடினார்கள். நான் லித்தானியா வாசித்துச் செபஞ்செய்த பின்பு மற்ற உபதேசி உவாத்தியும் கூட அந்த மரித்த பிள்ளையைப் போய் பார்த்து வந்தோமதற்கு நெடுநாளாய் மெலிவும் மூன்று நாலு நாள்ச் சுரமுமிருந்ததாயும், விடியக்காலம் ச – மணிக்கு மேல் காலில் விருவிரென்று விஷமேறுகிறாப் போலிருக்கிறதென்று உவாத்திட்சிக்குச் சொன்னதாயும், விளக்கு வைத்து வயித்தியனுக்கு ஆள்ப்போய் வருமுன் சிலவாதைக்குப் போய் விழுந்ததாயும் மூக்கிலும் வாயிலும் இரத்தமும் நுரையுந் தள்ளினதாயும் மருந்து கொடுத்தும் சுகப்படாமல் சா – மணிக்கு இறந்து போயிற்றென்றுங் கேள்வியானேன். ஐயர், அம்மாளு மவளுக்காகத் துக்கப்பட்டார்கள். நல்ல படிப்பும், தையல், மற்ற வேலையிலுங் கெட்டிக்காரப் பிள்ளையென்றார்கள். தகப்பனுக்கு ரு இ – கூ – கூஇ மணிக்குள்ளாக மூன்று ஆள் விட்டிருக்கிறதென்றுஞ் சொன்னார்கள் (தொகுதி : 2, பக்கம் 842).

மணிக்கு மேல் ஷை பிள்ளையின் தகப்பனார். பெரியதகப்பன், தாய் வந்தார்கள். பெட்டி செய்யவும் கல்லரை சாந்திட்டுக் கட்டவும் ஐயர் துவக்கின வேலை நடக்கிறது. இதுக்காக வந்தவர்களும் நாங்களுங் காத்திருந்தோம் அடக்கஞ் செய்கிறது ரு – மணிக்கென்று உத்தரவான தினாலநேகர் அவர் வேலைக்கும் போனோம் (மேலது).

மூன்று மணிக்கு மேல் ஷை மரித்தவளைப் பெட்டிக்குள் அடக்கி வைக்கும் போது எல்லாருங் கூடியிருந்து பின்பு ஷை ஐயர்மார்களும் அம்மாள்மார்களுஞ் சாப்பிடப் போய்

சவ (4¼) மணிக்கு வந்தெடுத்துக் கோவிலுக்குப் போய் முறைப்படி வாசித்துப் பின்பு கல்லரைக்கு பெட்டிக் கலங்காரஞ் செய்து மாலை, புஸ்பங்களும் போட்டிருந்ததுவுமன்றி ஒரு கடகம் பூ கோவில் வாசலிருந்து கல்லரை மட்டும் பெட்டிக்கு மேலெயெறிந்து போயிறக்கி வாசித்துச் செபஞ் செய்து அடக்கம்பண்ணினார்கள். கல்லுஞ் சாந்தும் போட்டுக் கட்டி. ருஇ (5½) மணி பின்பு அவரவர் வீட்டுக்குத் திரும்பினார்கள்.

ஏழை உபதேசியார் ஒருவரின் வயதுக்கு வந்த பெண் இறந்து போனதையும், அவளது அடக்கநிகழ்வையும் இவ்வாறு விவரிக்கும் சவரிராயன், இறுதியில் இந்நிகழ்வு குறித்த தம் விமர்சனத்தையும் முன் வைக்கிறார்.

நான் கவனித்தது எளியவன் வீட்டிற் பிணமானதினால் ஷை ஐயர் மற்ற உபதேசி உவாத்தியும் அதுகாரியங்களுக்கு

எதுஞ் செய்யவும் இவ்விடத்தில் வரவும் இல்லை, அப்படியே ஊரார்களும் முக்கந்தன்மாரும் அந்தப் பிணத்துக்கடுத்தவர்கள் மற்றவர்கள் வராமலிருந்தார்கள், ஆகையாற் பணக்காரனும் வாயாடி வீணனுமானால் எத்தனைதிறள் (கூட்டம்) கூடும் அப்பால் (மேலது).

நாட்குறிப்பின் முக்கியத்துவம்

இவ்வாறு நெல்லை மாவட்டத்தின் தேரிக்காட்டுப் பகுதிகளில் கிறித்தவ சபையின் ஊழியர்கள், கிறித்தவர்கள், கிறித்தவரல்லாதோர் குறித்த சில பதிவுகளை சவரிராயனின் நூல் கொண்டுள்ளது. அத்துடன் அக்காலத்திய சமூகம் குறித்த செய்திகளையும் வெளிப்படுத்துகிறது. சமயம் சார்ந்த ஆவணமாக மட்டுமின்றி, சமூகம் சார்ந்த ஆவணமாகவும் இந்நாட்குறிப்பைக் கருதும்படி இச்செய்திகள் தூண்டுகின்றன.

துணைநூற்பட்டியல்

1. Gibbs, M.E., Catechists in the Tinnevelly Missions in the First Half of the 19th Century, *Bulletin of Church History Association of India,* No.8, Septemper 1965.
2. யோவான் தேவசகாயம், 'சவரிராய பிள்ளையவர்கள் சர்னலும் காகிதங்களும்' மூன்று தொகுதிகள்.
3. Heike Liebau, (2013), *Cultural Encounters in India.*
4. சரோஜினி பாக்கியமுத்து, 2001, ஒரு உபதேசியாரின் நாட்குறிப்பு, 'புதியதோர் உலகம்', வளர்ந்து பெருகுக வெளியீடு, திருநெல்வேலி.
5. யோவான் தேவசகாயம், 1899, 'சவரிராய பிள்ளையவர்கள் சர்னலும் காகிதங்களும்' முதல் புஸ்தகம்.
6. யோவான் தேவசகாயம், 1899, 'சவரிராய பிள்ளையவர்கள் சர்னலும் காகிதங்களும்' இரண்டாம் புஸ்தகம்.

ஆசிரியரின் பிற காலச்சுவடு வெளியீடுகள்

கிறித்தவமும்
சாதியும்

ரூ. 250

தமிழகத்தில்
அடிமைமுறை

ரூ. 175

உபதேசியார்
சவரிராயபிள்ளை
1801 – 1874 (பதிப்பு)

ரூ. 290

வரலாறும்
வழக்காறும்

ரூ. 140

ஆகஸ்ட்
போராட்டம்

ரூ. 90

உப்பிட்டவரை . .

ரூ. 140

ஆஷ் கொலையும்
இந்தியப் புரட்சி
இயக்கமும்

ரூ. 175

மந்திரமும்
சடங்குகளும்

ரூ. 225

கிறித்தவமும்
தமிழ்ச்சூழலும்

ரூ. 135

www.ingramcontent.com/pod-product-compliance
Lightning Source LLC
LaVergne TN
LVHW100845051026
849519LV00006B/2420